CUỐN THEO CHIẾN TRANH

ĐÀO NHƯ

CUỐN THEO CHIẾN TRANH

TẬP TRUYỆN

NHÂN ẢNH
2022

CUỐN THEO CHIẾN TRANH
Tập truyện
Tác giả: Đào Như
Bìa: Uyên Nguyên Trần Triết
Dàn trang: Lê Hoàng
Đọc bản thảo: Nguyễn Viết Kim
Nhân Ảnh ấn hành 2022
ISBN: 978-1-0880-1556-8

MỤC LỤC

LỜI NÓI ĐẦU

Trong suốt hơn hai mươi năm qua tôi đã viết nhiều bài Tản Văn, Tùy Bút, Tiểu Luận và Nhận Định hầu hết đều được phổ biến trên các trang mạng như ViệtBáo Online, Diễn Đàn Thế Kỷ XXI, Việt Nam Nhật Báo, Văn Hóa Nhật Báo, Văn Việt, Niềm Tin Vào Tương Lai, Diễn Đàn Paris.

Tất cả bài viết đều có tầm nhìn chung về chiến tranh vá hậu quả của chiến tranh

Những rào cản, những khó khăn, của cộng đồng người Viêt tỵ nạn trong vấn đề hội nhâp kinh tế và xã hội vào các quốc gia sở tại.

Một vấn đề chủ chốt nữa, đó là sự hòa hợp hòa giải dân tộc vẫn còn nhiều khó khăn do lợi ích cá nhân, đảng phái, do sự khác nhau về ý thức hệ, và cũng do âm mưu, gọng kềm quốc tế của ngoại bang, các nước lớn, dựng lên...

Xuất phát từ nhận thức này, sự ra mắt của tuyển tập CUỐN THEO CHIẾN TRANH hy vọng sẽ cung cấp cho độc giả, nhất là các thế hệ trẻ Việt Nam trong nước và hải ngoại có tầm nhìn trung thực hơn về lich sử chiến tranh Việt Nam và thân phận con người trong thời hậu chiến.

Đào Như
Chicago, tháng Giêng năm 2022

QUÊ HƯƠNG - DẤU BINH LỬA

Lời Phi Lộ

Trong hơn một tháng nay, từ tháng10 năm 2014 kênh truyền hình CNN của Mỹ, hàng ngày làm sống lại nước Mỹ trong *"Những Năm Sáu Mươi", của thế kỷ trước qua những thước phim "The Sixties". Những biến động của xã hội Mỹ vào thời khoảng này đều được lồng trong khung cảnh của "Chiến Tranh Việt Nam-Vietnam-War-".*

"Những Năm Sáu Mươi" của thế kỷ trước thuộc thời đại kinh hoàng của nước Mỹ. Những biến động của Vietnam War, trong "Những Năm Sáu Mươi", đã hủy hoại xã hội Mỹ, từ đạo lý, nhân văn, đến chính trị, kinh tế và con người. Vietnam War trong" Những Năm Sáu Mươi" đã để lại cho nước Mỹ một nền kinh tế băng hoại, một nền chính trị suy đồi và hàng triệu thanh niên, sinh viên, nam cũng như nữ, sống vô vọng không lý tưởng, lang thang khắp

đường phố New York, Los Angeles, Chicago, Houston, San Francisco...nghiện ngập cần sa, ma túy, bạo động, Sex ở lề đường.

Việt Nam, quê hương tôi, vào "Những Năm Sáu Mươi", một đồng minh của Mỹ ở tận phia tây bờ biển Thái Bình Dương, cũng có một thời chiến tranh đổ nát. Vietnam War càn quét quê hương tôi với những sự cố dữ dội, những mồ chôn tập thể ở Huế trong biến cố Tết Mậu Thân-mùa Giáng Sinh năm 1972 được thắp sáng lên bởi những trận trải bom của pháo đài bay B52 cày nát Thủ Đô Hà Nội, trong suốt 12 ngày và đêm. Chiến Tranh Việt Nam đã cướp hơn ba triệu sanh linh Việt Nam, đã để lại hơn 4 triệu thương tật và hơn cả chục triêu Cô Nhi Quả Phụ. "Chiến Tranh Việt Nam", đã để lại cho quê hương tôi những nghĩa trang buồn ở Biên Hòa, những nghĩa trang suốt dọc Trường Sơn. Từ "Chiến tranh Viêt Nam" nhân loại đã phát hiện ra đươc Dioxine-chất độc khai hoang, là vũ khí chiến lược nguy hiểm cho sự tồn vong của nhân loại.

Người thì bảo "Chiến Tranh Việt Nam" là cuộc nội chiến Bắc Nam, kẻ thì bảo Chiến Tranh Việt Nam là cuộc chiến chống xâm lăng, chống lại các đế quốc Tư bản và Cộng sản. Riêng tôi là bác sĩ phẫu thuật, tôi biết "Chiến Tranh Việt Nam" đã là một thảm họa của cho quê hương tôi, cho dân tộc tôi...

"Chiến Tranh Viêt Nam" không chỉ là niềm đau riêng của hai dân tộc Việt, Mỹ, nó còn là bài học

chung cho cả nhân loại. Trong chiến tranh không có kẻ thắng, người bại. Tất cả đều là nạn nhân của chiến tranh. Chiến tranh chỉ gây ra đổ nát, nghèo đói, lạc hậu, hận thù phi lý...

Bài bút ký sau đây là chứng tích cho thân phận con ngời trong chiến tranh...

Đào Như-Chicago-Nov-2014

oOo

Nhìn sông Hậu, con sông lớn nhất của tổ quốc, mênh mông miệt mài trôi, cuồn cuộn phù sa và ánh sáng, không một ai có thể nghĩ rằng vùng đất quê hương kỳ diệu này cũng là vùng đất chiến tranh trong gần 30 năm qua. Thị trấn Cần Thơ, nằm trên hữu ngạn sông Hậu vẫn sinh hoạt bình thường. Bây giờ là tháng hai, năm 1972. Dân chúng trong thị trấn Miền Tây này đâu có ngờ chỉ trong một vài tháng nữa là cả nước đi vào Mùa Hè Đỏ Lửa với những trận đánh ở ngọn đồi Tân Cảnh, Căn Cứ Lữ Đòan 2/Dù. Sau đó là Trận đánh An Lộc, Trị Thiên, Đại Lộ Tử Thần, những trận địa chiến hai bên bờ sông Thạch Hãn...Những trận đánh lớn cứ theo chân nhau, vượt Trường Sơn, từ ngoài Trung vào Nam, từ Cao Nguyên đổ xuống đồng bằng duyên hải như thác ngàn. Hai phe, bốn bên dốc toàn lực đổ quân vào những trận đánh điên cuồng, đẫm máu làm áp lực hòa đàm Paris ở giai đoạn chót. Những trận đánh tận tình hủy diệt nhau làm rực lửa những trang báo cùng khắp thế giới, thắp sáng lương tri nhân loại. Hầu hết các gia đình người Mỹ, mỗi chiều tối đều ngóng nhìn lên màn ảnh truyền hình, theo dỏi chương trình CBS Evening News Reports tại New York, hớp từng lời tường thuật về Chiến Tranh Việt Nam của Walter Cronkite. Những trận đánh đẫm máu xé nát trái tim những bà mẹ nước Mỹ. Phong trào phản chiến trên tòan khắp thế giới lên đến cực điểm. Các sinh viên trong các trường đại học nhất là tại Mỹ, tại Anh và các quốc gia Bắc Âu và Tây Âu, bãi khóa, tổ chức *"truồng chạy"* phản đối chiến tranh diệt chủng tại Việt Nam. Trong khi đó tại Sàigòn, giọng hát Thái Thanh thảm thiết trong bài "Kỷ Vật Cho Em", một kiệt tác phản chiến thời danh của Phạm Duy, viết sau chiến dịch Lam Sơn 719.

"Anh trở về trong chiếc poncho...
Anh trở về trên đôi nạn gỗ...
Anh trở về tật nguyền chai đá...
Anh trở về dang dỡ đời em..."

Bây giờ là tháng Tư / 72 Mùa Hè Đỏ Lửa thật sư bùng nổ. Cả nước, cả thế giới sống trong căng thẳng của chiến tranh Việt Nam. Tình trạng này càng căng thẳng hơn vì những đợt trải thảm bom của pháo đài bay chiến lược B52 ở rừng núi Trường Sơn, đường mòn Hồ Chí Minh. Có khi B52 đánh bom địa đạo Củ chi, hay ven đô, các phóng viên thời sự quốc tế nằm ở Hotels: Caravelle, Ritz, hay Ambassy...tại trung tâm Saigòn hằng đêm thức giấc nghe bom run từng líp cửa kính. Chính phủ Trung Ương Sàigòn lúc này cũng bắt đầu tranh thủ nhân tâm. Bộ Y Tế phát động phong trào" Y Tế Về Làng". Như vậy có nghĩa là hàng tuần các bác sĩ phải hướng dẫn một đòan y tế và thuốc men đi về các thôn xã, ngay cả trong những làng ở tận các vùng sâu để khám bịnh cho thuốc những đồng bào quê, nghèo khó không đủ phương tiện ra các bịnh viện ở tỉnh thành điều trị.

Các bác sĩ ai cũng chấp nhân thi hành nghị định của "Bộ" mặc dầu nghị định này có nhiều thiếu sót như là không có gì bảo đảm an ninh cho đòan y tế, nhất là cho các bác sĩ, phần nhiều các anh từ quân đội biệt phái, nghĩa là họ vẫn còn trong quân ngũ. Hơn nữa khi đi chúng ta có mang theo một ít thuốc men, rủi găp *"Họ", "Họ"* xin thì sao? Đó là những điều mà bác sĩ Phan Ngọc thường hay lo nghĩ cho phong trào Y Tế Về Làng. Nhưng ngày mai thứ bảy, cuối tháng Tư 72, đến phiên anh, anh cũng phải đi. Anh có chút vui là anh biết có tôi đi phụ theo anh, anh rất thích tôi. Nhưng tôi rất quan ngại cho anh là chuyến này chúng tôi đi vào tân vùng sâu, Thuận Trung. Ở Cần Thơ ai cũng biết, Thuận Trung,

Cờ Đỏ, là những vùng *'xôi đậu'* nổi tiếng. Muốn vào Thuận Trung chúng tôi phải lên khỏi Ô Môn, rồi dùng tác ráng (đò nhỏ chạy bằng máy, còn gọi là xuồng đuôi tôm) đi trên sông một giờ mới đến Thuận Trung. Đoàn Y tế gồm có 16 người, đem theo thuốc men dụng cụ y tế và thức ăn trưa cho toàn đội. Lâu ngày chúng tôi thật sự hôm nay được hít thở không khí đồng quê. Mọi người đều vui nhộn, quên đi những nguy hiểm có thể xẩy đến trong một vài giờ sắp tới...

Có lẽ ở xã chính quyền đã thông báo cho đồng bào hay, cho nên chúng tôi căng lều dựng trại vừa xong là đồng bào đã đổ xô lại vô cùng đông đảo. Chúng tôi khám bịnh say sưa, cấp thuốc men cho họ. Thỉnh thoảng có những phụ nữ dìu những ông già quấn khăn rằn mà họ bảo là cha họ hay ông nội ông ngoại của họ. Phần nhiều những người này bị suy kiệt và nhiễm trùng đường tiêu hóa, nhất là kiết lỵ và viêm gan, có người bị sốt rét rừng, họ được khiêng đến chúng tôi trong lúc cơn bịnh hoành hành...

Sau lớp các ông già ấy, là các bà già theo sau là một số phụ nữ. Họ cười đùa và nói chuyện với các cô nữ y tá của chúng tôi một cách thoải mái. Bác sĩ Phan Ngọc bảo nhỏ vào tai tôi *"Tôi nghi các cô phụ nữ này quá! Trong một vài phút nữa các cô dám mời mình nhảy sol-lá-mì"!* Lúc đó cách chúng tôi vào khỏang 2-3 cây số, máy bay săn giặc nhào lên bổ xuống bắn phá dữ dội, chúng tôi nghe cả tiếng súng lớn và tiếng bom nổ. Lúc đó ông Xã Trưởng cũng vừa xuất hiện, ông chào bác sĩ Ngọc, và ông cũng nói với chúng tôi: "đó là vùng oanh kích tự do, họ đang đánh nhau". Bà cụ, tôi đang khám bịnh, cũng cho tôi hay "họ đánh nhau hà rầm, chuyện đó xảy ra như cơm bữa, bác sĩ đừng có lo". Lúc này thì bác sĩ Ngọc thật sự sợ. Anh quên hẳn chuyện có thể các phụ nữ mời anh nhảy 'sol-lá-mì'. Anh hối anh em khám bịnh cho thuốc cho nhanh về sớm. Thật sự tôi còn sợ hơn cả anh ấy nữa. Tôi cố giử vẻ mặt bình tĩnh. Nhưng số bịnh nhân càng trưa càng đông. Thuận Trung không phải một xã, lớn hơn xã, nó là một làng giàu có, dân chúng đông đúc. Mặc dầu người dân sống ở đây thường gặp tai nạn chiến tranh, nhưng họ vẫn bám ở đây mà sống vì đời sống ở đây sung túc.

Một người đàn ông đi trên hai nạn, cụt mất một chân, tay phải xách một con gà, đang tươi cười tiến tới tôi, anh đang đứng trước tôi. Môi anh run:

- Thưa bác sĩ, chắc bác sĩ quên con…em... rồi!

Thật sự lúc ấy tôi hòan toàn quên anh ấy. Tôi cố nhớ anh là ai, tôi gặp anh hồi nào? Thật sự nhìn ra một người là bịnh nhân của mình, nơi đây, trong hòan cảnh hôm nay là một sự cần thiết và may mắn cho tôi và cho cả đội y tế nữa. Nhưng tôi đành chịu, không thể nào nhớ...

Anh ấy nói tiếp:

- Em là Nguyễn văn Chín, gần ba năm về trước bác sĩ cứu em, em bị thương do một cốt mìn từ máy bay rải xuống chưa kịp nổ. Bác sĩ cưa chân em và cắt một phần...anh vừa nói anh vừa chỉ vào háng anh.

Nghe tới đó, tôi vụt đứng dậy:

- Chín! Anh Chín. tôi nhớ anh rồi. Trong gần ba năm tôi mong gặp lại anh, để tiếp tục sửa chữa điều trị cho anh, nhưng anh không tái khám đúng theo giấy hẹn?

Cách đây gần 3 năm, vào khoảng 1:00 sáng tôi nhận một cas gửi từ quận Thới Long nghĩa là cũng từ làng này. Nạn nhân là một nông dân, đi cày, đạp phải mìn, 1/3 dưới cẳng chân trái bị biến mất, lòi trơ xương chầy, và phần ngọn dương vật của anh bị mảnh mìn cắt đứt và biến mất. Anh được chuyển về tôi hơi trễ, 7 tiếng đồng hồ sau khi bị thương. Anh đang bị chóang nặng, bất tĩnh không hay biết gì nữa, tim nghe rời rạc, mạch bắt không được. Anh bị mất máu nhiều quá và nhiễm trùng.

Sau khi được can thiệp phẫu thuật, sức khỏe của anh phục hồi rất tốt. Tôi cũng có ý định sau này sẽ gửi anh ấy về khu Tiết Niệu thuộc trường Y Saigòn để tái tạo lại dương vật của anh. Nhưng sau khi xuất viện không thấy anh trở lại tái khám. Chúng tôi cũng quên hẳn anh ấy đi. Tôi hỏi ngời bịnh nhân:

- Sao, sau khi xuất viện, chúng tôi cho anh cái hẹn trở tái khám, mà không thấy anh trở lại?

Người bịnh nhân thều thào trả lời

- Thưa bác sĩ, vợ em nói thôi, *'nó'* như vậy cũng được rồi. Em vẫn chống nạn cày thuê được mà khỏi sợ phải đi lính đi tráng gì hết. Anh vừa nói vừa nhìn chị vợ đang đứng ngòai xa.

Người bịnh nhân liền quay lại nói với tôi:

- Từ hôm qua, hai vợ chồng em biết bác sĩ hôm nay đến đây khám bịnh cho đồng bào, nên em xin đem đến biếu bác sĩ con gà mái *'ấp'* để bác sĩ đem về Cần Thơ nấu cháo ăn.

Tôi quyết liệt từ chối. Có nhiều lý do lắm, nhưng tôi chỉ nêu một lý do là tôi không thể mang con gà từ Thuận Trung về Cần Thơ được.

Tội nghiệp chị vợ, chạy lại gần tôi, chị thật thà nói:

- Xin bác sĩ nhận đi bác sĩ. Đó là con gà mái *'ấp'*, xương mềm, nấu cháu ăn bổ lắm bác sĩ.

Thật sự nghe tới đây, chẳng những tôi mà ngay các cô điều dưỡng cũng muốn khóc. Tội nghiệp họ nghèo quá, không còn gì để tỏ lòng nhớ ơn tôi, chỉ còn có một con gà mái đang ấp một ổ trứng, họ bắt nó đem cho tôi. Nghĩ tới cái ổ trứng không còn gà mẹ, lạnh tanh vào giờ này, ai cũng ray rứt. Cuối cùng không phải một mình tôi mà cả đội y tế, nhất là các cô y tá nhất quyết yêu cầu vợ chồng anh ta đem con gà về và trả lại nó cho ổ trứng.

Chúng tôi sửa soạn ăn trưa, tôi thấy một nhóm thanh niên nam nữ và hai ông cụ bà cụ khiêng một binh nhân tay ôm bụng xem chừng bịnh nặng lắm và lâu ngày. Bịnh nhân được đặt nằm ngữa trên một tấm phản, phủ trên thân người một cái mền màu xám, loại mền quân-tiếp-vụ của quân đội Việt Nam Cộng Hòa. Tôi nghe bà mẹ bịnh nhân nói:

- Không sao đâu con, các bác sĩ sẽ cứu con, và bà khóc...

Lúc bây giờ tôi thấy bác sĩ Ngọc nở nụ cười, có lẽ anh thấy yên tâm là vì chúng tôi được sự tin yêu của quần chúng địa phương này. Bác sĩ Ngọc đến hỏi thăm bịnh nhân. Người bịnh nói lí nhí không ra lời. Người cha của bịnh nhân đứng bên cạnh lặng thinh, còn bà mẹ chỉ biết khóc và than vãn chiến tranh phiền nhiễu đời bà. Bà đã mất nhiều đứa con trai vì chiến tranh, *"nay chỉ còn thằng này là thằng út duy nhất còn lại mà bây giờ nó cũng..."!* Bác sĩ Ngọc đến dở mền, mắt anh gắn chặt vào ổ bụng bệnh nhân, miệng anh há hốc. Tôi chỉ nghe anh kêu lên một tiếng "Trời"! Anh chụp mền lại. Anh không đủ can đảm nhìn thêm nữa. Cả toán y tế chạy lại, anh xua họ đi xa. Anh gọi tôi lại. Anh vén cái mền, tay anh nắn ổ bụng bệnh nhân. Tôi nghe anh hỏi người bịnh:

- Đau không em?

Tôi thấy người bịnh nhăn mặt.

Tôi đến dở tấm mền, kéo xuống thấp, tôi bảo bịnh nhân co chân lại và khép hai đầu gối lại. Há miệng thở, thở nhẹ tự nhiên. Tôi sờ các nép lạt vót nhọn may thành bụng của bịnh nhân, khô, cứng, và vết thương thành bụng nhiễm trùng, có chỗ viêm thành mủ, bốc mùi. Tôi hỏi bịnh nhân bị thương hồi nào và mổ bao lâu rồi? Và bây giờ bụng anh ấy có đau không?

Không chờ người bịnh nhân trả lời, bác sĩ Ngọc nói ngay:

- Còn hỏi gì nữa, bị viêm phúc mạc rõ ràng quá, người bịnh nhân bị nhiễm trùng huyết đang bị sốt cao độ.

Rồi Bác sĩ Phan Ngọc than vãn:

- May thành bụng bằng lạt vót nhọn, đau khổ thật!

Nhưng sau đó anh lấy lại bình tĩnh ngay, anh hỏi tôi:

- Bây giờ làm sao?

Tôi chưa kịp trả lời và cũng thấy bác sĩ Ngọc bình tĩnh trở lại, cho nên toàn toán y tế đổ nhào đến nhìn bụng bệnh nhân. Không ai nói được nên lời. Chỉ có cô điều dưỡng Hy, chuyên viên gây mê hồi sức la lớn:

- Trời hởi! May thành bụng bằng tre vót nhọn! Tội quá đi, và cô đưa hai tay lên ôm đầu...

Bác sĩ Ngọc nhìn tôi và lập lại câu hỏi:

- Giờ tính làm sao?

Không cần chờ tôi trả lời, toàn toán y tế đều muốn đem nạn nhân về bịnh viện Cần Thơ điều trị ngay. Tôi cũng phải hiểu ngay rằng đó cũng là điều bác sĩ Ngọc mong muốn, mặc dù anh không dám nói ra. Ngay sau đó anh ra y lệnh cho dịch chuyền cho bịnh nhân để tái tạo lại các các chất điện giải và nước.

Một số nhân viên y tế thực hiện y lênh của bác sĩ Ngọc, một số còn lại thì quay trở lại sửa soạn buổi ăn trưa. Bây giờ gần hai giờ chúng tôi đói thật sự và cái hứng thú vui hưởng khí hậu đồng quê cũng bị quên mất. Chợt các cô điều dưỡng nhìn tôi và nói:

- Vợ chồng ông Chín bà Chín, bịnh nhân của bác sĩ, họ cùng gia đình quay trở lại kìa.

Nhìn lại tôi thấy hai vợ chồng anh Chín quay trở lại cùng mấy đứa con của anh chị. Họ khệ nệ bưng mấy rổ cơm nóng phủ lá chuối xanh, và 2 nồi canh chua to, đang bốc hơi nghi ngút. Tôi cứ tưởng họ làm thịt con gà, tôi phàn nàn:

- Tội quá đi anh chị Chín, anh chị làm thịt con gà mái ấp thật sao?

Chị Chín nhanh nhẹn trả lời:

- Thưa bác sĩ và các cô, không phải thịt gà đâu. Đó là nồi canh chua nấu với cá lóc, xin mời bác sĩ và các cô thực lòng dùng.

Bác sĩ Phan Ngọc, nhìn vào nồi canh chua, anh ngạc nhiên và hỏi:

- Cá lóc ở đâu mà sẵn vậy?

Chị Chín nói:

- Anh Chín vừa trả con gà mái vào trong ổ cho nó ấp trở lại, anh chạy xuống con lạch trước nhà, anh lặn lật cái chum bể mà anh bỏ ở đó cách đây 6 tháng, anh hy vọng có con 'lóc chiếc' sẽ chun vào đó ở. Hên quá bác sĩ, đúng vậy, anh bắt được con cá lóc bông cân khoảng gần 2 kí. Anh mới nấu liền một nồi canh chua để mời bác sĩ và các anh chị.

Nghe nói xong, bác sĩ Ngọc cám ơn người bịnh nhân và anh quay lại nói cùng các anh chị em trong toán y tế:

- Ở đây đời sống có vẻ dễ dãi và sung túc, nên mặc dầu có những khó khăn về chiến tranh, người dân họ vẫn bám ruộng bám vườn ở đây mà sống.

Toán Y Tế Về Làng của chúng tôi trở về bịnh viện Thủ Khoa Nghĩa tại Cần Thơ, đúng 5 giờ chiều. Chiếc xe ambulance chở người bịnh nhân và cha mẹ bệnh nhân đến thẳng Phòng Cấp Cứu Ngoại, CCN, theo đúng lệnh của bác sĩ Ngọc. Giấy tờ nhập viện của bịnh nhân, anh đã kỹ lưỡng làm trước, ngay tại lều y tế tại Thuận Trung. Bác sĩ Ngọc yêu cầu tôi luôn luôn túc trực bên cạnh bịnh nhân, còn phần anh thì anh phải làm việc thận trọng với bác sĩ giám đốc bịnh viện và nếu cần anh phải làm việc với an ninh quân đội vì anh vẫn còn tại ngũ. Anh bảo với tôi: "phải thận trọng, đừng để anh em hiểu lầm mình".

Tôi di chuyển bịnh nhân vào phòng CCN, anh Diệp Phùng, người y tá trưởng phòng CCN trực hôm ấy, liền đến phụ tôi, đưa người bệnh nhân từ brancard sang giường cấp cứu. Anh tiếp ứng tôi rất chu đáo. Anh thăm hỏi bịnh nhân, anh nhìn vào giấy tờ nhập viện của bịnh nhân mà bác sĩ Ngọc đã làm sẵn. Anh nói với tôi:

- Thưa bác sĩ, *"tụi nó"* vừa giựt mìn sập cầu Cái Tắc, một chiếc xe đò bị lật, một người chết, tài xế bị thương nặng cùng với năm người khác. Hôm nay thứ bảy mà xui thật, mình lãnh đủ. Bác sĩ Vĩnh và Bác sĩ Quốc đang mổ cấp cứu.

Nói xong anh đến xem lại người bịnh nhân. Anh đọc hồ sơ. Anh vén drap lên. Anh nhìn thành bụng bệnh nhân. Tôi thấy anh ấy thất sắc. Anh chạy đến tôi, anh quát lớn:

- Bác sĩ và bác sĩ Phan Ngọc, tiếp thu thằng chiến bịnh Việt cộng này ở đâu vậy? Tôi biết lắm mà, Thuận Trung, Cờ Đỏ là 'chiến khu' của tụi nó...

Tôi chưa kịp phản ứng, anh tiếp tục hét lớn, anh chửi thề:

- Đ.m...chỉ có tụi bác sĩ Việt cộng mới may thành bụng bằng lạt, bằng tre vót nhọn. Lạt mềm buộc chặt. Nó là thằng Việt cộng, bác sĩ rước Việt cộng vào nhà... vào nhà thương. Anh liền chạy đến giật chai dịch chuyền đang vô cho bịnh nhân. Các cô y tá và toàn thể toán y tế về làng hôm ấy đang có mặt trong phòng CCN lúc đó, liền nhảy đến ôm anh Phùng lại. Cô Hy, chuyên viên hồi sức gây mê nói:

- Người ta bị thương mà anh Phùng...

Diệp Phùng vẫn không nghe, anh tiếp tục la hét, và nguyền rủa người bịnh. Anh nhảy bổ vào, định đánh

người bịnh. Anh chỉ mặt người bịnh nhân anh hét lớn:
- Vì mày, vì bọn Việt cộng tụi mày mà thằng con tao chết, và anh nhào đến đánh bịnh nhân.
Tôi đang trì kéo với anh Diệp Phùng, tôi nhất định bảo vệ người bịnh của tôi. Một cánh tay choàng qua vai tôi từ phía sau, nắm cổ áo anh Diệp Phùng ghì lại, và giọng nói của bác sĩ Vĩnh vang lên sau lưng tôi
- Nó bị thương nặng, không được hành hung bịnh nhân, anh Phùng!
Anh Diệp Phùng khựng lại và bị bác sĩ Vĩnh kéo anh rời xa người bịnh. Tôi quay lại, cám ơn Bác sĩ Vĩnh. Bác sĩ Vĩnh, cao lớn người, tốt nghiệp y khoa tại Montpellier, Pháp. Anh chuyên về giải phẩu lồng ngực. Bác sĩ Vĩnh cho tôi hay anh vừa mổ cấp cứu xong. Anh hỏi tôi:
- Anh có cần tôi phụ anh mổ cas nầy không?
- Cám ơn anh. Có lẽ là không, vì anh Ngọc có kế hoạch là mổ cas này với tôi ngay chiều tối hôm nay.
Sau đó Bác sĩ Vĩnh chào tôi, ra về.

Anh Diệp Phùng đang ngồi trên ghế, trong một góc tường của phòng CCN, thở hổn hển. Anh có vẻ mệt. Không hiểu là vì anh còn tức giận, hay anh bị bác sĩ Vĩnh nắm cổ áo anh chặt quá khi cố dở hỏng anh lên và kéo anh xa người bịnh nhân. Tôi biết anh Diệp Phùng hơn ba năm về trước, khị tôi đến làm việc tại bịnh viện này. Anh đậu ưu hạng khóa "Infirmier d'État" tại Chợ Rẫy, Sàigòn vào những năm 50. Những năm về trước anh là người y tá, có văn bằng cao nhất, Y Tá Quốc Gia, trong binh viện. Anh là người y tá yêu nghề, biết thương yêu kính trọng bịnh nhân. Anh được nhiều bằng khen thưởng. Anh được cất nhắc lên làm Trưởng Phòng Cấp Cứu Khoa Ngoại, một chức năng cao nhất (plafond) của người y tá. Anh có gia đình, vợ và 4 con: 2 trai, 2 gái. Anh có một đời sống gia đình mẫu mực. Người con trai lớn của anh, vừa đậu xong tú tài 2, bị động viên đi lính, thụ huấn quận sự tại Trường Sĩ Quan Bộ Binh Thủ Đức. Bất hạnh cho anh, người con trai của anh, một trong những sinh viên sĩ quan bị chết vì dịch viêm màng não do trùng Méningococoques bộc phát bất ngờ trong quân trường Thủ Đức năm 1969. Cái chết của người con trai của anh là một tai biến khủng khiếp cho gia đình anh, là một thảm họa cho riêng anh. Anh trở nên phẫn uất, phản kháng với tất cả mọi người, Anh trở nên nghiện rượu. Trong cơn say, anh nguyền rủa chính quyền Việt Nam Cộng Hòa, anh chửi Mỹ, anh lên án Việt cộng. Anh trở thành người chống cộng hung bạo. Anh thường bảo là tại Việt cộng mà con anh chết. Ngày đầu tiên tôi gặp anh, anh nói chuyện với tôi trong hơi men của rượu.

Tôi vào phòng phẫu thuật chậm, chưa kịp xin lỗi, bác sĩ Ngọc nhìn tôi với nụ cười rạng rỡ:

- Nào, chúng ta phải kiên trì làm việc với cas này. Khó đó anh...

Tôi thấy anh đã chuẩn bị bịnh nhân rất kỹ. Anh phủ những nép lạt khô bằng bằng gạt ướt, sau khi rửa thành bụng bằng thuốc khử trùng. Anh giải thích:

- Phải làm cho lạt mềm, nó trở thành dẽo, khỏi bị gẫy. Tôi có kinh nghiệm về 'vụ' này, hồi sau Mậu Thân tôi can thiệp "mổ lại" hai cas như thế này. Tất cả đều xuất viện an toàn...

Sau gần hai giờ làm việc kiên trì, cuối cùng chúng tôi giải phóng toàn thể ruột của bịnh nhân ra khỏi mô sợi, không còn đoạn nào bị tắt nghẽn, hoặc tái tím. Chúng tôi cắt bỏ toàn bộ các mô sợi tìm thấy trong ổ bụng. Chúng tôi rửa ổ bụng chậm sạch máu. Ruột trở nên hồng hào. Chúng tôi đóng thành bụng sau khi dẫn lưu hai hố chậu.

Trong phòng dành riêng cho bác sĩ viết tường trình phẩu thuật, bác sĩ Phan Ngọc nói với tôi:

- May ổ bụng bằng lạt vót nhọn, đau khổ thật, đau khổ cho cả bịnh nhân lẫn bác sĩ. Chiến tranh! Khốn nạn! Chiến tranh thật khốn nạn!

Chúng tôi ra khỏi phòng phẫu thuật lúc 11:00 giờ đêm. Cuối tháng tư bầu trời đầy sao đẹp lạ thường. Tôi thư thả tản bộ trong sân bịnh viện, muốn tận hưởng những giây phút thoải mái sau một ngày lao động vất vã. Chợt nghe tiếng anh Diệp Phùng chào tôi:

- Thưa bác sĩ, bác sĩ chưa về nghỉ sao?

Tôi chưa kịp trả lời, anh ấy chỉ tay về cuối chân trời xa:

- Bác sĩ có thấy hỏa châu, trái sáng đầy trời đấy không? Họ lại đánh đấm nhau. Dân chúng lại bị thương chết chóc. Bác sĩ về nghỉ đi. Không khéo, khuya nay lại phải vào mổ cấp cứu nữa!

Tôi đến bắt tay anh ra về. Diệp Phùng nắm chặt tay tôi trong lòng hai bàn tay của anh, anh hỏi:

- Thằng nhỏ chiến binh Việt cộng bác sĩ và bác sĩ Phan Ngọc mổ liệu có còn hy vọng gì không?
- Tôi nghĩ là hy vọng, và rất tốt...
- Ừm! Được vậy, tôi cũng mừng cho nó... /.

Viết xong tại Binh viện Thủ Kha Nghĩa Cần Thơ- mùa Hè 1972
Cập nhật lần cuối vào Nov-2014-Chicago-Illinois-USA

CHÔN SÚNG

Với giọng nói đều đều, trông có vẻ mệt mỏi vì mất ngủ, anh Hữu tự giới thiệu mình và nói về quá trình anh đi trình diện ngày đầu tiên tại Bến Tre.

- Tôi là lính địa-phương-quân, đóng ở Bến Tre trước 75. Tôi bị đưa đi tù cải tạo tận ngòai Bắc: Hoàng Liên Sơn rồi Lào Kai. Đầu năm 80 họ chuyển chúng tôi về Nghệ Tỉnh, Lý Bá Sơ. Cuối năm 80 tôi được 'lệnh tha' thuôc diện sức khỏe. Đi tù cải tạo ở ngòai Bắc, nghề chính của tôi là xẻ gỗ. Tôi bị tai nạn cây đè, gẫy kín xương đùi trái. Anh đưa tay phải cao lên và chòang vai người bạn ngồi bên cạnh, anh bảo:

- Cũng là nhờ đi tù cải tạo tận ngòai Bắc mà tôi được biết anh Phùng này đây. Chúng tôi ở cùng chung một trại từ Hoàng Liên Sơn...Nói đến đây, anh và anh Phùng, hai người ôm nhau cùng cười. Anh Phùng cảm động, cố nuốt nước bọt, giọng anh ngậm ngùi:

- Nguyên tôi là Đại úy, Lực Lượng Đặc Biệt, đóng ở Vùng Ba Biên Giới, tiếp liệu và liên lạc với bên ngoài hoàn toàn bằng trực thăng. Việt Cộng dùng đặc công đánh úp đồn. Tôi bị bắt. Gia đình được khai báo là tôi bị mất tích, xem như đã chết. Vợ tôi lãnh 'tiền tử'. Khi bị bắt, tôi thuộc diện tù binh, nhưng sau 30-4-75 cộng sản chuyển tôi sang chế độ học tập cải tạo. Năm 76 họ chuyển tôi ra tận ngoài Bắc, nên mới được ở chung với ông Thiếu tá Hữu này đây. Khi cấp cứu anh Hữu bị gẫy kín xương đùi tại Lào Kai, có tôi. Chính ở Lào-Kai tôi và anh Hữu hái được trái "mắt cọp", trái cây quí của người Bắc. Xin lỗi anh em tên nó không thơm lắm, nhưng khi ăn không đến nỗi nào...Câu chuyện trái "mắt cọp" vì cái tên vô duyên của nó làm cho anh em toàn nhóm điều trị cười một trận.

Sau đó Thiếu tá Hữu tiếp nối câu chuyện về anh:

- Sự thật thì cho tới năm 75 tôi vẫn còn là Tiểu đoàn trưởng Tiểu đoàn 52 Địa Phương Quân, tỉnh Bến Tre. Bộ chỉ huy của tiểu đoàn đóng ở rừng Rạch Rợp, dựa lưng vào sông Ba-Lai. Địa bàn hoạt động của tiểu đòan là 16 xã thuộc quận Ba Tri. Sau khi Tướng Nguyễn Khoa Nam tuẫn tiết vào đêm 30/4/75, cũng như các sĩ quan của các đơn vị quân đội "Vùng 4", chúng tôi buông súng và đi trình diện tại quận Ba Tri. Đến trình diện, thoạt tiên thấy cộng sản họ cũng tử tế. Họ đội nón tai bèo hoặc nón cối, đến ân cần nói chuyện với các sĩ quan trình diện. Tất cả đều nói một câu mà hình như có ai dạy cho họ và họ thuộc lòng sẵn trong bụng. Họ bảo anh em chúng tôi: "Các anh phải thật thà, thành khẩn mà khai báo, đừng có khai man tên họ, lý lịch và chức năng của mình. Cách mạng có cái nhìn thấu suốt tam đại, tứ đại của các anh". Một anh chiến binh cộng sản coi còn trẻ, chừng 17, 18, đội mũ tai bèo, nói giọng Bắc, đến nhẹ nhàng hỏi tôi và ghi tên họ cùng chức năng Tiểu Đoàn Trưởng của tôi. Một ông sĩ quan của họ, đội nón cối và cũng người miệt ngoài đó, đến cúi xuống trên tờ kê khai lý lịch của tôi, đóng khung bằng mực đỏ chức năng Tiểu Đoàn Trưởng của tôi. Đoạn ông ta ngước ngược tròng con mắt lên nhìn tôi, cái nhìn sắc lạnh xuyên suốt cột sống tôi. Cái nhìn ghê rợn ấy có sức ám ảnh tôi. Mãi đến bây giờ đôi khi tôi vẫn nhìn thấy lại trong những cơn ác mộng. Nói thật với các anh em, lúc đó tôi thấy cái gì bất ổn cho riêng tôi. Làm xong mọi thủ tục, họ bảo: "các anh ai về nhà nấy, và chờ lệnh gọi tập trung sau".

Trên đường về nhà, tôi suy nghĩ thật mông lung. Tôi có cảm tưởng mình là con cá nằm trên thớt. Tôi gặp thượng sĩ Long đang chạy xe Honda. Nó là thượng sĩ già, kinh nghiệm, từng trải, trước sau như một, trung hậu với tôi. Tôi đem chuyện kể cho nó nghe. Nó có vẻ sợ cho tôi, nó bảo:

- Hay là 'ông thầy' về trình diện ở thị xã Kiến Hòa cũng không muộn. Ở đó 'có người có ta', chớ ở quận Ba Tri này, chỉ có ông thầy là 'lớn'. Ngại lắm...

Tôi còn mãi cân nhắc, thượng sĩ Long vụt nói:

- Giờ này không còn ai dám chạy xe lôi xe lam rước khách cả. Được, tôi chở ông thầy đi Kiến Hòa bằng xe Honda của tôi.

Chỉ vỏn vẹn có 5 phút, nó ghé nhà cho vợ nó hay. Nó bảo tôi ngồi sau lưng nó, ôm nó thật chặt. Nó chở tôi một mạch về Kiến Hòa. Trên đường vảo thị xã Kiến Hòa tôi gặp Trung tá Bành Tấn mới hôm qua ông còn là Tham Mưu Trưởng Tiểu khu Kiến Hòa, bây giờ ông mặc đồ dân sự, mang dép Nhật, đang đi lẹt xẹt trên vỉa hè đường phố. Tôi liền đến trình bày với ông ta về sự thể của tôi tại Ba Tri. Ông ta hơi ngại cho tôi. Ông ta bảo:

- Ở quận Ba Tri không ai mà không biết anh. Thì cũng đành vậy thôi.

Lúc ấy trông mặt ông ta có vẻ căng ra, mồ hôi rịn trên trán ông. Trung Tá Tấn vụt hỏi tôi:

- Quê anh ở Sa-Đéc? Còn sớm chán, về ngay quê quán mình mà trình diện cho 'có bà con' và cũng có vẻ thật thà hơn, chớ ở Bến Tre này anh cũng biết ngại lắm, chính tôi cũng không biết thân phận của tôi ngày mai ra sao!

Tên Thượng sĩ già của tôi cũng chụp nói vào:

- Đúng rồi đó ông thầy. Tôi đưa ông thầy xuống phà, xong tôi bốc ông thầy lên ngã ba Trung Lương để ông thầy đón xe đò về bến phà Mỹ Thuận rồi thẳng về Sa-Đéc nội trong ngày, trước hai hay ba giờ chiều nay. Tôi bắt tay Trung Tá Bành Tấn, chúng tôi chưa hề bắt tay nhau ngỡ ngàng như vậy, không phải là lời chào vĩnh biệt, cũng không phải lời hẹn tái ngộ. Có gì bẽ bàng cho thân phận chúng tôi.

Ngã ba Trung Lương, một ngã ba sầm uất, nhộn nhịp của các tỉnh phía Nam Saigòn. Nó nằm bên này sông Tiền trên trục giao thông của các tỉnh thuộc đồng bằng sông Cửu Long. Nó nối liền đường về các tỉnh miền Tây, đường đi Mỹ Tho, Vĩnh Long, bến phà Mỹ Thuận, về Sa-Đéc và Đồng Tháp v.v...Cách nó không xa là căn cứ Đồng Tâm, Trung tâm Hậu cần Quân khu 4; và cũng cách nó không xa là Bộ Tham Mưu của Sư đoàn 7. Hôm nay, tại ngã ba Trung Lương, người qua kẻ lại có vẻ bối rối khác thường. Ai cũng có bộ mặt thảng thốt, ngỡ ngàng. Những anh em binh sĩ quân đội Việt Nam Cộng Hòa mới hôm qua, hôm nay mặc đồ dân sự, mang dép Nhật, đứng nhìn sửng sờ các chú lính giải phóng, đội nón tai bèo, lái xe jeep chạy tứ tung, vô kỷ luật. Họ không biết lái, họ húc phải người, tung cả quán hàng. Có xe bị lật bên đường. Có xe hết xăng bỏ ngay giữa con lộ. Nhìn lại, đó là những chiếc xe nhà binh mà các bộ đội giải phóng lấy tại căn cứ Đồng Tâm và Bộ Tham Mưu Sư đoàn 7. Có người lính giải phóng đội nón tai bèo, đứng trên xe jeep la lớn bằng giọng Bắc Kỳ: “Đó là qui luật của chiến tranh”, và anh ta chỉ súng AK lên trời bắn đùng đùng. Tôi thấy buồn lắm. Buồn lắm các anh em. Mới hôm qua cả Quân Đoàn 4 đều nắm vững tay súng, chủ động trên khắp chiến trường, làm chủ trong mọi tình thế. Đêm qua Tướng Nguyễn Khoa Nam tuẫn tiết tại Cần Thơ, cả Quân Đoàn 4 sụp đổ. Cộng sản chiếm cả Vùng 4 không tốn một viên đạn. Tôi cảm thấy mất mát quá nhiều. Tôi vô cùng xấu hổ khi thấy mình cải trang trong bộ đồ dân sự, chân mang dép. Tôi thấy thương mình vô hạn. Tôi còn trẻ. Tôi mới 32 tuổi, Tiểu đoàn trưởng. Cuộc đời binh nghiệp của tôi chấm dứt sớm và thê thảm như vậy sao? Tôi nghĩ đến Thúy, vợ tôi. Tôi nhớ các con tôi. Có lẽ giờ này tất cả mẹ con đang ngóng mong tôi tại Sa Đéc. Cầm lòng không được, nước mắt dâng tràn!

Anh Hữu bậm môi, cố gắng tiếp nối câu chuyện của mình:

- Như các anh biết, lúc đó rất ít xe chạy. Tôi có ý sợ không có xe về sớm để kịp giờ trình diện. May quá lúc đó một chiếc xe nhà binh GMC chạy trờ tới. Trên xe có mấy anh em bộ đội giải phóng đội nón cối, cũng có những người đàn ông đàn bà mặc đồ dân sự. Tôi liền đưa tay đón chiếc xe lại. Khi đến gần, họ ngừng xe lại, tôi thấy người tài xế lại là chú lính Việt Nam Cộng Hòa. Tôi mạnh dạn hỏi lớn:

- Cho quá giang về phà Mỹ Thuận có được không?

Một anh bộ đội giải phóng, nói giọng Bắc la lớn:

- Nào! Lên đi nào. Khẩn trương lên. Trưa cả rồi.

Một cánh tay đưa xuống kéo tay tôi lên. Khi bàn tay tôi chạm phải bàn tay anh, tôi thấy tay áo anh làm bằng vải kaki xanh Nam Định. Tim tôi se lại. Dưới màu kaki xanh Nam Định này, tôi đã nhiều lần nhìn thấy trên chiến trường những xác chết trẻ trung dưới hai mươi tuổi, trên ngực họ, trên tay họ hay trên lưng họ xâm hàng chữ *"Sanh Bắc, Tử Nam"*.

Xe chạy...và chạy xa ngã ba Trung Lương. Mọi người ngồi trong xe đều im lặng. Hình như mỗi người đang theo đuổi những ý nghĩ riêng của mình. Ai cũng có vẻ ngỡ ngàng khi chạm phải mắt nhau. Xe chạy qua những thôn xóm quen thuộc tôi đã từng qua lại nhiều lần từ thuở thiếu thời, cắp sách đến trường gặp thầy, gặp bạn. Hôm nay nay trông quạnh vắng lạ thường. Trường học đóng cửa không một bóng dáng học trò, chợ búa tiêu điều không ai nhóm, nền gạch trơ, phất phơ mấy miếng lá chuối khô bay. Có lúc trên xe im phăng phắc. Hình như ai cũng đang chờ đợi cái gì. Sau những năm chiến đấu ồn ào với súng đạn, bây giờ tôi mới hiểu im lặng là cái đáng sợ. Nhất là cái im lặng sau cuôc chiến, cái im lặng chứa đầy tử khí, ngạo nghễ và phản kháng. Các anh bộ đội miền Bắc, có lúc cố gắng pha trò để đỡ buồn, đỡ căng thẳng. Có anh nhái giọng Nam bộ, hỏi người trên xe: "Mần sao? Bà con làm một chuyến du lịch từ Rạch Miễu đến phà Mỹ Thuận trên chuyến xe đò cách mạng kỳ này chắc 'dzui' lắm hả"? Câu pha trò của anh rơi vào khỏang không. Tôi gượng gạo, nhìn bâng quơ ra ngòai. Làng mạc ruộng vườn bao la một màu xanh rờn vắng bóng người nông phu, chỉ có những cánh cò bay lặng lẽ.

Chợt anh tài xế la lớn

- Đến bến phà rồi bà con ơi!

Tôi vội vàng cám ơn mọi người và nhảy xuống xe trước nhất. Một cánh tay cầm khẩu AK của anh bộ đội giăng ra chặn tôi lại. Tôi hốt hoảng không biết xử trí như thế nào; nhưng với phản xạ tự nhiên của người lính, bàn tay phải của tôi đã sẵn trong túi quần, lúc ấy ngón tay cái của tôi đã nằm sẵn trên khóa an toàn, và ngón tay trỏ của tôi lúc đó cũng đã sẳn sàng nằm trên cò của khẩu Colt 12 mà tôi lận rất kỹ trong người và nó sẵn sàng nổ. Anh chàng bộ đội, nhấm nghiền đôi mắt lại, ngước cổ cao lên và la lớn:

- Ối giời! Chúng tôi đèo anh từ ngã ba Trung Lương, đến tận đây thì anh phải trả tiền chứ, sao lại chỉ có cám ơn? Nói thật, lúc đó tôi mới lấy lại bình tĩnh. Tôi từ từ rút bàn tay phải ra khỏi túi quần có dính theo tờ giấy bạc 500 đồng đưa cho anh bộ đội và nói cám ơn anh ấy.

Trên đường tôi ngồi tiếp xe lôi về nhà, tôi nhớ lại câu nói của anh bộ đội: "tôi đèo anh", tôi cười một mình. Mãi sau này đi tù cải tạo tại miền Bắc tôi mới hiểu được nghĩa của chữ "đèo". Chiến thắng Miền Nam, đối với các anh nhanh quá! Các anh ngỡ ngàng như còn trong mơ. Các anh chở chúng tôi trên chiếc xe hơi nhà binh GMC mà các cứ tưởng là các anh đang đèo chúng tôi trên chiếc trên chiếc xe đạp thồ trên con đường quê nào đó tại miền Bắc xã hội chủ nghĩa.

Về đến Sa Đéc, trước khi đến nhà, đi ngang qua một công đất bỏ hoang, cây cối um tùm, có con lạch nhỏ, nước sâu đến gối và nhiều bùn, tôi dừng lại, suy nghĩ một hồi...Tôi bước xuống đứng dưới con lạch. Bỏ tay vào túi quần, tôi từ từ tháo gỡ cây súng. Tôi kiểm soát khóa an toàn, cho nó rơi xuống trong ống quần, rơi thật sâu xuống con lạch nước. Tôi nghe cây súng rơi xuống đến mắt cá chân tôi. Tôi dí bàn chân sâu vào trong bùn và rút lên từ từ. Cây súng, ngang mắt cá chân tôi rơi theo đúng vào lỗ bùn sâu. Bước lên khỏi con lạch, mang lại đôi dép, tôi đi hướng về nhà không ngoãnh mặt lại...

Có một chút gì ân hận chua xót trong tôi. Hình như tôi vừa từ giả ai? Một người bạn? Một chiến hữu? Một khẩu súng? Một thoáng bâng khuâng mơ hồ, tôi vừa bước qua ngưỡng cửa cuối cùng của cuộc đời binh nghiệp.../.

Chicago-Ill.USA
30-4-1997

NHẬN DIỆN LỊCH SỬ

Lời Phi Lộ:

Sáng ngày 1 tháng 5 năm 1975, tôi vào bịnh viện Thủ Khoa Nghĩa, Cần Thơ đúng 8 giờ sáng, vì hôm đó là phiên trực của tôi ở khoa ngoại. Vào đến bịnh viện tôi gặp bác sĩ trực đêm qua, bác sỹ Quốc anh cho tôi hay, đêm qua bác sỹ Hoàng Như Tùng được chính quyền cách mạng điều vào binh viện Thủ Khoa Nghĩa để mổ cho bác sĩ Thiếu tá quân đội Viêt Nam Cộng Hòa, Nguyễn Khoa Lai, bị bộ đội cách mạng bắn lầm và bị thương rách thành bụng. Do đó lúc 7 giờ sáng nay, bác sỹ Tùng ghé binh viện Thủ Khoa Nghĩa mời bác sỹ Quốc cùng đi qua nhà xác của bịnh viện quân y Phan Thanh Giản để nhận diện tướng Nguyễn Khoa Nam vừa tự vận đêm qua tại Bộ Tư Lệnh Quân Đoàn IV, theo lời yêu cầu của Ủy Ban Quân Quản.

Sau đây là những gì bác sĩ Quốc tường thuật lại cho tôi nghe về quá trình bác sĩ Trung Tá Hoàng

Như Tùng nhận diện tướng Nguyễn Khoa Nam sáng ngày 1 tháng 5-năm 1975..

Vào sáng ngày 1 tháng 5-1975 Trung tá bác sĩ Hoàng Như Tùng, nguyên chỉ huy trưởng Quân Y viện Phan Thanh Giản - Cần Thơ, mặc đồ dân sự, trong tư thế quân phong, đưa tay lên chào vĩnh biệt Tướng Nguyễn Khoa Nam, Tư lệnh Quân Đoàn IV, Quân Khu IV, Vùng 4 Chiến Thuật, trước sự kinh ngạc của một nhóm sĩ quan cấp cao của bộ đội cộng sản vì sự dũng cảm của bác sĩ Trung Tá Hoàng Như Tùng. Một sĩ quan của bộ đội cộng sản mang quân hàm thiếu tá tiến đến và yêu cầu bác sĩ Hoàng Như Tùng nhận diện Tướng Nguyễn Khoa Nam.

Thiếu Tá bộ đội cộng sản, nghiêng mình cúi xuống, nghiêm chỉnh dỡ mảnh khăn trắng che mặt Tướng Nam. Gương mặt Tướng Nguyễn Khoa Nam hiện ra trông hiên ngang lạ thường, cầm dưới của ông ngẩng lên cao, Tướng Nam mặc nguyên bộ đồ trận còn thẳng nếp, với cầu vai mang đủ phù hiệu cấp Tướng của Quân Đội Việt Nam Cộng Hòa, trên ngực trái vẫn giữ nguyên Bảo Quốc Huân Chương, Anh Dũng Bội Tinh cùng nhiều huy chương Quân đội, Dân sự khác...Hai chân của Tướng Nam vẫn giữ nguyên đôi giầy trận.

Bác sĩ Hoàng Như Tùng bặm môi, vai run khi ông cúi xuống ký biên bản nhân diện Tướng Nam.

Thiếu Tá bộ đội cộng sản, trong tư thế nghiêm trang, đưa hai tay đón nhận nhận biên bản nhận diện từ tay bác sỹ Hoàng Như Tùng.

Sau một hồi trao đổi với Thiếu Tá bộ đội cộng sản, bác sĩ Hoàng Như Tùng đưa ra lời yêu cầu: xin Chinh phủ Cách mạng mai táng thiếu tướng Nguyễn Khoa Nam trong quan tài theo đúng nghi cách. Thiếu Tá Bộ đội cộng sản đáp lại, "chúng tôi xin ghi nhận lời yêu cầu của bác sĩ và sẽ chuyển lên cấp trên. Hy vọng lời yêu cầu của bác sĩ sẽ được chuẩn thuận".

Sau đó các bác sĩ và nhân viên chính quyền cũ như chúng tôi, không ai biết được cách mạng xử trí như thế nào trong việc mai táng Tướng Nguyễn Khoa Nam.

Vào khoảng tháng 8-1975, trong một buổi giao ban của khoa ngoại bịnh viện Đa Khoa Hậu Giang, bác sỹ cách mạng Nguyễn văn Ngôn, bác sỹ đầu ngành khoa ngoại của bịnh viện, lên tiếng ca ngợi sự tuẫn tiết của thiếu Tướng Nguyễn Khoa Nam, người biết bảo vệ sinh mạng các chiến sĩ Viêt Nam và đồng bào. Đáp lai sự tuẫn tiết của ông, bác sĩ Nguyễn Văn Ngôn cho biết Nhà nước Cách mạng đã cho phép mai táng tướng Nam trong quan tài rất chu đáo.

Lạ thay sau lần phát biểu này, bác sĩ Nguyễn Văn Ngôn bị đảng ủy của bịnh viện phê bình và kiểm điểm vì bác sĩ Ngôn đã tiết lộ một điều cấm kỵ, mà Nhà nước Cách mạng không muốn cho dân chúng hay biết việc Tướng Nguyễn Khoa Nam đươc mai táng trong quan tài.

Viêc đảng ủy bệnh viện phê bình và kiểm điểm bác sỹ Nguyễn Văn Ngôn phản ảnh bộ măt thật của Chuyên Chính Vô Sản. Cộng sản luôn độc tài nắm giữ sự thật lịch sử, để sau đó họ có thể bóp méo sự thật, xuyên tạc lịch sử, chỉ vì lợi ích của đảng cộng sản.

Trong buổi họp điều trị tâm thần tập thể-*Mental health Group Therapy*-tai Chicago năm 1996, Trung Tá Lâm Quang, Trưởng Phòng Chiến Tranh Chính Trị của Quân Khu IV, Quân Đội Việt Nam Cộng Hòa, đã miêu tả sự tuẫn tiết của Thiếu Tướng Nguyễn Khoa Nam qua một tư liệu của ông dành cho Tướng Nam, một vị chỉ huy trực tiếp của ông:
" Tình hình chiến sự thuộc lãnh thổ Quân Khu IV vào những ngày cuối tháng Tư bảy lăm, nói chung và thành phố Cần Thơ, nơi đăt Bản Doanh Bộ Tư Lệnh Quân Đoàn IV, Quân Khu IV, Vùng 4, nói riêng, tương đối yên tĩnh so với tình hình các tỉnh miền Đông thuộc Quân Khu III và Biệt khu Thủ Đô, nơi đặt Bản doanh của Chính Phủ Trung Ương Sàigòn. Nhất là sau vụ Tướng Nguyễn Khoa Nam đích thân chỉ huy các đơn vị thống thuộc, đánh bại và vô hiệu hóa của Trung Đoàn

Chủ Lực Miền" Hậu Giang" của cộng sản khi Trung Đoàn này xâm nhập và tiến sát vào vòng đai phòng thủ của phi trường quân sự Trà Nóc-Cần Thơ.

Sáng ngày 29-4-75, Bộ Tư Lệnh Quân Đoàn IV triệu tập một buổi họp quan trọng để duyệt xét tình hình và ra phương án phản công mới, dưới sự chủ tọa của Thiếu tướng Nguyễn Khoa Nam, Tư lệnh Quân Đoàn IV, Quân Khu IV. Thành phần tham dự buổi họp gồm có: Tư Lệnh, Tư Lệnh Phó, các sỹ quan trưởng phòng trong Bộ Tham Mưu của Quân Đoàn IV, ngoại trừ hai sỹ quan cao cấp của Quân Đoàn, một cấp Chuẩn Tướng, Tham Mưu Trưởng và một cấp Đại Tá, Trưởng Phòng 2 Quân đội đã tẩu thoát ra nước ngoài, là không tham dự phiên họp này. Cuộc họp tuy ngắn, nhưng trang nghiêm và hết sức nghiêm trọng. Các đơn vị trong Quân Đoàn IV thề "kiên quyết và đoàn kết sau lưng vị Tư Lệnh và chiến đấu đến viên đạn cuối cùng, tử thủ Vùng 4"...

Sáng ngày 30-4-75 vào lúc 10:25, Tổng Thống Dương Văn Minh lên đài phát thanh Sàigòn kêu gọi toàn thể quân đội và các tướng lãnh chỉ huy các Quân đoàn, Sư Đoàn, trên toàn lãnh thổ miền Nam, phải buông vũ khí, ngưng chiến đấu và chờ bàn giao cho chánh quyền cách mạng. Thế là một Quân đoàn hùng mạnh như

Quân Khu IV, tới giờ phút này vẫn nắm vững tay súng, chủ động trên mọi tư thế chiến đấu và phản công, đang giữ vững miền châu thổ sông Cửu Long, sắp phải tan rã.

Tướng Nguyễn Khoa Nam, một quân nhân chuyên nghiệp, ông phải tuân mệnh lệnh thượng cấp, nhất là vị thượng cấp này là Tổng Thống Dương Văn Minh, Tổng Tư Lệnh Quân đội Việt Nam Công Hòa, vị chỉ huy trực tiếp của ông.
Một số sỹ quan phục vụ trong Bộ Tham Mưu của Quân Đoàn IV, kể cả tôi, quá chán nãn, tự rời bỏ đơn vị, về sum họp với gia đình và chờ ngày vào tù. Một số khác tìm đường tẩu thoát ra nước ngoài vì họ sợ cộng sản trả thù. Trong bối cảnh này chỉ còn lại một mình Tướng Nguyễn Khoa Nam, Tư Lệnh và Thiếu Tướng Lê Văn Hưng Tư Lệnh Phó, và một số sĩ quan thân cận. ở lại doanh trại của Bộ Tư Lệnh của Quân Đoàn.

Tướng Nguyễn Khoa Nam, một tướng lãnh ưu tú, sống độc thân, ăn trường chay, thanh bạch, một đời cống hiến cho binh nghiệp, tận tụy với quân đội.

Chiều ngày 30 tháng Tư 75, cộng sản đưa người của họ là Tám Thạch, mang quân hàm Thiếu Tá, Trung đoàn trưởng, qua trung gian của Nguyễn Khoa Lai, em thúc bá của Tướng Nam, Thiếu tá bác sĩ Quân Đội Việt Nam Công

Hòa và đại úy bác sĩ Đoàn Văn Tựu, y sỹ trưởng Tiểu đoàn 40, Chiến Tranh Chính Trị hiện trú đóng tại Bình Thủy, Cần Thơ, vào tiếp xúc với Tướng Nam tại Bộ Tư Lệnh Quân Đoàn IV đồn trú trên đại lộ Hòa Bình, thành phố Cần Thơ. Nội dung cuộc tiếp xúc, cấp nhỏ như chúng tôi không ai được biết ngoại trừ Tướng Lê Văn Hưng, Tư Lệnh Phó, được Tướng Tư Lệnh bàn bạc và thông báo riêng. Thiếu Tướng Hưng trở về tư dinh và tự sát sau đó.

Sau khi cân nhắc mọi hậu quả có thể xảy đến cho đồng bào và chiến sĩ trong vùng lãnh thổ, Tướng Hưng và Tướng Nguyễn Khoa Nam tuần tự đi đến quyết định tuẫn tiết.

Sự tuẫn tiết của hai vị tướng lãnh, Tư Lệnh và Tư Lệnh Phó của chúng ta, Tướng Nguyễn Khoa Nam và Tướng Lê Văn Hưng là những quyết định kiên cường và dũng cảm mãi mãi được tuyên dương và ghi công, đời đời được lịch sử soi sáng.." (*).

Những điều tường thuật của Trung Tá Lâm Quang hôm ấy, tuy sơ lược lịch sử nhưng vô cùng súc tích gây nhiều cảm kích anh em. Không ngờ sau hơn 20 năm mà ấn tượng của các anh em về tướng Nguyễn Khoa Nam không một phai mờ. Nhớ lại tướng Nguyễn Khoa Nam, anh em nhớ lại thời được vinh dự cầm súng bảo vệ tổ quốc, quê hương. Có một vài anh em cúi mái đầu bạc hai tay bưng mặt khóc rưng rưng. Có một thời các anh em đã là lính, là sĩ quan tham mưu của tướng Nam.

Hôm nay ngày 1 tháng 5 năm 2020, đúng sau 45 năm Tướng Nguyễn Khoa Nam tuẫn tiết tôi mạo muội ghi lại những điểm son của Quân Đội Việt Nam trong giai đoạn lich sử khốc liệt này. Hy vọng 100 năm, 200 năm sau... sẽ có sử gia nào đó có đủ can đảm và công bình lịch sử, sẽ nghiêng mình xuống tìm hiểu, viết lại trung thực những hồi bi tráng của lich sử chiến tranh xảy ra giữa lòng dân tộc, anh em chúng ta.../.

Chicago - 1-tháng 5-2020

(*) Đó là nguyên văn của thư của Trung Tá Lâm Quang đưa cho tác giả ngay sau buổi họp điều trị tâm thần hôm ấy, để lâm tài liệu tra cứu sau này.

CHUYỆN THẰNG HENRI

Năm 1992, tôi là nhân viên của Trung Tâm Người Á Châu, Asian Human Services in Chicago. Tôi được đặc trách làm tư vấn cho hoc sinh gốc Đông Dương tại các trường cấp ba -high schools- ở trong vùng Uptown-Chicago. Tôi có văn phòng và hộp thư riêng ở mỗi trường. Chủ yếu của chương trình là dạy thêm Anh ngữ cho các cháu tị nạn mới qua. Nhưng khi đi vào nhà trường thì thấy vấn đề khác hẳn. Nói đúng ra nó không phải là khác mà là nó bề bộn và nghiêm trọng hơn. Có nhiều vấn đề vượt cả văn hóa, giáo dục, nó thuộc về luân lý đạo đức và pháp luật.

Lần đầu tiên tôi đến nhận việc ở một ngôi trường gần sở làm của tôi, một cảnh tượng kinh dị xảy ra khiến bà giám thị đến gặp tôi trong lúc tôi đang hầu chuyện với ông hiệu trưởng.

- Xin lỗi ông hiệu trưởng, có phải ông này là ông tư vấn học đường người Việt không?

Ông hiệu trưởng ôn tồn đáp:

- Vâng ông ta vừa đến nhận việc, bà Cleverton bà cần làm việc gì với ông ta không?

Bà giám thi nhìn tôi:

- Vậy xin mời ông đến khu hồ tắm.

Tôi liền đưa tay bắt tay ông hiệu trưởng và cám ơn thì giờ quí báu của ông đã dành cho tôi. Tôi đi theo bà giám thị. Bà đi thật nhanh. Trông bà nóng như khối than hồng, vừa đi bà vừa nói:

- Không thể tin được thằng bé Viêt Nam lai, thằng lai Việt Nam, thật khốn nạn. Nó hành động như thú vật, nó thú vật thật, nó là thú vật.

Tôi liền nắm lấy tay bà và giữ bà thật chặt, và nói thẳng vào tai bà:

- Bà Cleverton, xin bà thận trọng, tôi thấy bà mất khôn ngoan rồi đấy...

- Tôi muôn vàn xin lỗi ông. Chúng ta không có quyền gọi ai là thú vật. Tôi có thể bị nhà trường sa thải nếu ông thưa tôi. Xin ông tha lỗi cho và cũng mong ông hiểu cho tôi vì tôi giận quá đâm ra mất trí...

Chuyện đến đây thì chúng tôi cũng vừa vào khu hồ tắm. Bà Cleverton dùng ngón tay trỏ chỉ về một cậu Mỹ lai Việt da trắng.

- Nó đó, nó tên là Henri. Ông có thể tưởng tượng cách đây 30 phút nó vỗ đít một cô bé nữ sinh trong hồ tắm. Cô bé mặc đồ bikini, vừa ở dưới nước ngoi lên, đi ngang qua mặt nó, nó liền vỗ đít con bé. Trời!

Hiện tượng chưa từng có trong trường này. Thật dã man quá. Xin ông mang nó về phòng và làm việc với nó. Bà thở ra mệt nhọc.

Henri là anh chàng Mỹ lai da trắng, tóc vàng, vóc dáng trung bình, không to con lắm, người trông có vẻ thanh tú nữa là khác. Gương mặt anh phản phất buồn, trông hao hao như gương mặt James Dean. Đặc biệt đôi mắt vàng nâu của anh trông vừa lãng mạn tình tự, vừa hung bạo, giống cặp mắt tài tử màng bạc của Mỹ, Steve Mac Queen. Anh có dáng dấp một kẻ bất cần đời. Anh chắc chắn là một giọt máu rơi tuyệt vời. Cha của anh có thể là người lính chiến bất đắc chí, bị lôi vào quân đội từ sân trường đại học nào đó tại Mỹ. Dưới bộ quân phục đến Việt Nam, ông ta tìm cách lãng quên đời, trao thân gửi phận cho một ả giang hồ. Henri sinh ra đời trong nghịch cảnh như thế. Không ai muốn có Henri cả. Đối với bố mẹ anh, anh chỉ là tai nạn. Tôi hỏi Henri:

- Anh đến Mỹ anh có cố gắng tìm cha anh không?

- Có ai công nhận đâu mà tìm. Cộng đồng Việt Nam, không công nhận tôi là người Việt, họ bảo tôi lai Mỹ, còn người Mỹ có bao giờ họ thừa nhận tụi này đâu, họ bảo tụi này lai Việt. Họ cho tới Mỹ là quí rồi. Còn bắt họ công nhận mình là người Mỹ thì chờ cho đến tết Maroc.

- Tôi nghe anh nói giọng Sàigòn, làm tôi nhớ Sàigòn...

- Có ai ở Sàigòn đâu mà nói giọng Sàigòn làm ông nhớ. Sinh ra được 3 tháng, ông già cuốn gói về Mỹ, bà già đem tôi về Lịch Hội Thượng giao cho bà ngoại nuôi. Bà già quầy quả trở lên Sàigòn lo làm ăn. Bà gửi tiền về nuôi cả nhà bà ngoại. Một năm, năm bảy tháng mới thấy bà về thăm tôi một lần
- Anh nói quê ngoại anh ở Lich Hội Thượng, vậy mẹ anh là Tàu lai?
- Bà già tôi cha Tàu, mẹ Việt, nhưng bà không biết nói tiếng Tàu. Nghe nói mẹ tôi lớn hơn cha tôi năm sáu tuổi gì đó. Trước khi lấy cha tôi, bà có một đời chồng người Việt mình. Khi người Mỹ đến, bà bỏ ông chồng người Việt, bà lên Saigòn làm 'cava' rồi lấy cha tôi. Tôi cũng chỉ nghe Bà Ngoại tôi nói như vậy, chớ bà già tôi không bao giờ bà nói về bà cho tôi, bà cũng không nói về cha tôi.
- Trên giấy tờ thì năm nay anh 19 tuổi và học lớp 12?
- Đó là khai gian, thật sự tôi sanh năm 1970, năm nay tuổi thiệt của tôi là 21-22 tuổi. Cách đây 2 năm, hồi mới đến Mỹ, tôi tự ý khai nhỏ tuổi, để tiếp tục học, kiếm ít chữ nghĩa để sau này đi làm công nuôi bà già, nhưng coi bộ cũng mệt. Ở trong nước, nhờ bà ngoại cho cắp sách đến trường một hay hai năm gì đó để biết đọc biết viết tiếng Việt, rồi ở nhà, đi bụi đời. Đến Mỹ khai là 17 tuổi, họ cho ngồi ít nhất là lớp 10. Làm sao học nỗi. Chán đời, bỏ trường, bê tha ngòai đường. Chơi thử cần sa, bị tụi nó gài hoài, rồi

bực tức, đánh lộn, vào tù ra khám. lảm bà già buồn tội nghiệp bà, một đời bà khổ cực vì tôi.
- Anh thương mẹ anh?
- Không thương sao được, trên đời này có ai là người không thương mẹ. Khi tôi lên Đầm Sen ở Phú Lâm, để lo giấy tờ đi Mỹ, mẹ tôi nhiều lúc muốn tôi đi Mỹ một mình, cho nên bà cho tôi tấm ảnh này. Sau đó, bà nói bà không thể nào sống mà không có tôi bên cạnh bà. Mà nói thiệt tôi không thể đi Mỹ một mình, vì làm sao tôi sống xa mẹ tôi được. Anh vừa nói vừa chìa tấm ảnh của mẹ anh cho tôi xem.

Đó là tấm bán thân đen trắng, cỡ 4 x 6 cm. Tấm ảnh này đã chụp lâu lắm rồi. Người đàn bà trong tấm ảnh trẻ cỡ 28, 30, có đôi mắt và mái tóc đen huyền hoặc, mặc áo ngắn tay, hở ngực, cổ trần, da trắng, trông bà hao hao một nửa giống ca sĩ Khánh Ngọc, một nửa giống Liz Taylor. Lật sau tấm ảnh tôi thấy hàng chữ bà ghi: "Hên, ở đất nước người lúc nào con cũng ghi nhớ con là người Việt Nam, con là con của mẹ". Tôi vừa cầm tấm ảnh vừa đọc hàng chữ của mẹ anh ấy, vừa theo dõi anh. Thốt nhiên, Henri nói với tôi một cách trân trọng:
- Thưa bác sĩ, câu đó chính tay mẹ con viết. Con hồi mới sanh cha con gọi con là Henri, sau này mẹ con đổi lại gọi con là Hên.
- Anh có biết, nói chuyện với anh và đọc câu ghi chú của mẹ anh trên tấm ảnh, làm cho tôi xúc động không?

- Thưa bác con biết chớ. Mà bác có biết bác là người duy nhất hồi giờ con nói chuyện nhiều, mà cũng là người duy nhất con đưa cho xem tấm ảnh của mẹ con. Bác có biết con Sylvia con mà con vỗ đít nó trông hồ tắm không? Nói thiệt nó cũng thích con "thấy mẹ"! Nó làm điệu làm bộ như vậy. Con cũng biết làm như vậy là coi không được, nhưng thấy nó cũng ngứa tay. Vỗ đít một đứa con gái có nhầm nhò gì, nhất là gái Mỹ...

Chỉ không đầy năm phút Henri đảo lộn tư tưởng của tôi về anh ta dữ dội, đầy mâu thuẫn trong con người ấy. Anh đúng là trái đắng của cuộc đời, một tâm hồn đầy giống tố và bão nổi. Anh là hậu quả của sự va chạm giữa Đông và Tây, giữa kẻ xâm lăng và người bảo vệ, của một cuộc chiến dai dẳng. Henri dù sao cũng đáng thương thật, cần được giúp đỡ. Anh ấy chỉ cần một điểm tựa vững chắc là có thể đứng dậy, đi thẳng người được.

Trong những buổi tư vấn sau đó, Henri cũng thổ lộ nhiều điều về cuộc sống khó khăn, về tương lai đen tối của anh:
- Bác sĩ nói tương lai tụi này đen tối hả? Con mấy ông sĩ quan H.O. mới qua cũng vậy thôi, cũng lờ quờ như tụi con, cũng khó khăn, cũng ngơ ngác trong lớp học, cũng ngạc nhiên khi thấy mình lại đứng trước bảng đen. Thì bác thử nghĩ, Việt cộng vô hồi 75, lúc đó tụi nó có 7, 8, 9, 10 tuổi cỡ đó, cha tụi nó

không là ngụy quân cũng ngụy quyền đi học tập mút mùa. Mẹ tụi nó cũng như mẹ con, chỉ biết nội trợ, có biết bán buôn gì đâu mà nuôi con cái. Cho nên sau 5, 6, 7, 8, 9, 10 năm hay lâu hơn nữa, cha đi tù cải tạo không thấy ngày về, ở nhà tiêu hết tài sản dành dụm được, con cái rời bỏ sách đèn, rời bỏ mái trường, kiếm sống. Nói chi những năm 80, kinh tế khó khăn, ăn độn cả nước. Ngay cả lũ con cái gia đình cách mạng cũng vậy, cha thì vác súng đi giải phóng Kampuchia, mẹ tụi nó cũng như mẹ tụi này, cũng phải ngồi bán thuốc lá đầu đường xó chợ, kiếm sống qua ngày. Kẻ thì đợi chồng về từ lao tù cải tạo, người thì đợi chồng về từ chiến trường Kampuchia. Còn tất cả con cái, con cách mạng cũng như con ngụy, mới 12, 13, 14, 15 tuổi không phải chôm chỉa, thì cũng còm lưng trên chiếc bơm xe đạp mà độ nhật nuôi thân. Nói tới đây, ngừng một hồi, coi bộ anh cũng mệt, nhưng xem chừng anh còn muốn nói nữa, cho nên tôi cũng kính trọng để anh tiếp tục nói, và tôi cũng biết đây là cơ hội hiếm có để cho anh được giải bày, và cũng để tôi tìm hiểu anh.

- Như bác sĩ biết, anh tiếp tục nói, các ông sĩ quan của mình, sau 8 năm, 10 năm, có người 12 năm đi tù cải tạo về. Họ già. Con cái đều lớn cả, học hành đứt đoạn từ lớp 5 lớp 6. Đùng một cái các ông ấy được đi Mỹ theo diện "Từ thiện" H.O. Thật sự phỏng vấn cho diện "Từ thiện- H.O" từ khi con còn ở bên nhà, từ năm 1987 có thể sớm hơn nữa là khác mà mãi đến năm 1990-92 những đợt đầu của diện 'Từ thiện'- H.O mới đặt chân lên đất Mỹ, thế đủ biết Việt cộng họ cố tâm trì hoãn để trả giá, làm mấy thằng bạn con mới qua sau bị trễ tràng học hành sâu đậm hơn. Đến Mỹ tụi nó cũng khai gian tuổi nhỏ lại, để tiếp tục đến trường kiếm thêm một ít chữ nghĩa hòng sau này kiếm sống. Tụi nó, rồi cũng hố như con, cũng ngơ ngác trước bảng đen, cũng bỏ trường, cũng chán đời như con...Đừng nói chuyện thần đồng với tiếng Mỹ. Tiếng Mỹ tại Mỹ khác với tiếng Mỹ tại Việt Nam trước 75. Học tiếng Mỹ để lấy Mỹ khác với học tiếng Mỹ để trở thành một công dân Mỹ, một công nhân viên chức của Mỹ.

Nói đến đây tôi thấy những điều nhận xét của Henri rất sâu sắc, mặc dầu anh nói với âm điệu giản đơn chân chất của người Nam. Trường đời đã dạy anh những bài học nhiêu khê và cùng thực tiễn.

Chợt nhớ đến mẹ anh, tôi hỏi:
- Đến năm 1990 mẹ anh và anh được đi Mỹ theo diện "Con Lai Làm Lại Tổ Quốc" *-Amerisian Repatriation-* thường gọi tắt là diện "Con lai". Thế thì những năm 80 đến 90 mẹ anh làm gì để sống?

Tôi thấy Henri khựng lại, trước khi trả lời. Anh có vẻ đăm chiêu khi tôi nhìn thẳng vào mắt anh. Henri nói:
- Sau 75 mẹ con về Lịch Hội Thượng, không có một đồng xu dính túi. Mẹ con phải nuôi con. Lúc đó con

mới có 5 tuổi. Mẹ con còn phải phụng dưỡng bà ngoại con. Mẹ con phụng dưỡng bà ngoại con một cách rất chu toàn. Mẹ con là một người đàn bà thực tế. Mặc dầu hơi lớn tuổi, cũng may, lúc ấy mẹ con vẫn còn nhan sắc. Lúc ấy các ông lớn cách mạng họ phú quí, thành ra họ "đói" lắm. Những năm 80 mẹ con lập quán cà phê ở Vĩnh Châu, đắt như tôm tươi, dập dìu tài tử giai nhân, hội tụ đủ mọi anh hùng, mọi cán bộ. Bà xây sẵn mộ phần cho bà ngoại con. Mẹ con đóng sẵn một cái 'hòm' bằng gỗ sao, để sẵn trong nhà cho bà ngoại con thấy mà an dạ. Mẹ con cấm con không được lai vãng tới quán bà đang làm ăn. Tuyệt đối con luôn luôn sống với bà ngoại con. Đêm ngủ với bà ngoại, ngày đi chơi với bà ngoại. Đôi khi cũng vì quá thương con, bà ngoại cho con đến trường học một ít chữ nghĩa để sau này, như bà ngoại nói "để cho mày nuôi thân".

Tới đây, tôi ân cần nắm lất tay anh, và hẹn gặp anh ngày mai khi tôi xuống đến các lớp để tìm hiểu thực tế.

Được giới thiệu từ văn phòng hành chánh của trường, tôi đi xuống các lớp. Lúc ấy, trường này có vào khoảng 150 học sinh Việt Nam, có hai thầy, hai cô người Việt. Sau vụ hè vừa rồi nhà trường đuổi mất một ông. Cũng tại thằng Henri. Ông đó là ông giáo trẻ, "dê" một cô nữ sinh, dĩ nhiên là nữ sinh Việt Nam, học trò của ông, mà cũng quen với Henri,

chỉ quen vậy thôi, bạn cùng lớp cùng trường. Khi cô ấy được ông giáo "chiếu cố", gọi lên bảng để giải bài tóan. Cô bé lính quýnh không biết chỗ nào đứng hay ngồi cho tiện, ông giáo thấy vậy, bèn kéo cô ngồi trên đùi ông. Cô bé la hoảng lên. Chỉ có vậy mà thằng Henri cũng nổi nóng, nhào lên đánh ông giáo hai bạt tai, và chửi ông ta là quân khốn nạn. Đó là nguyên văn bà Cleverton kể cho tôi nghe, và bà nói:
- Thằng Henri như vậy nó cũng hơi quá phải không? Mấy ông bà giáo người Việt nói với tôi như vậy, cho nên tôi đuổi nó ra khỏi trường, cấm tuyệt đối nó không được đến trường suốt trong ba tháng hè. Lúc đó là cuối niên học. Còn chuyện ông giáo nghỉ việc, nhất là ông giáo là Boat People, đến Mỹ năm 1978, ông ta có chế độ bao cấp, chính quyền thành phố giới thiệu vào dạy ở trường này thì không ai dám đuổi đâu. Ông ấy nghỉ việc là tự ông ấy xin nghỉ. Và bà nói trong giọng nhỏ lại:
- Ông ấy có job tốt hơn. Lương thầy giáo đói lắm...

Tôi đến lớp thầy Đông. Tôi với thầy Đông có quen nhau. Cũng sơ thôi. Ông ta gặp tôi, thật tình mà nói ông ta cũng mừng. Ông đưa tôi vào lớp và giới thiệu với học trò:
- Nghe đây, ông bác sĩ này cũng có con lớn như tụi bây. Tau nói cho tụi bây biết, ông ấy đến đây mỗi tuần nửa giờ tại lớp này, để nói về...Xem chừng ông giáo quên, độ ấy ông có vẻ lẫn. Tôi liền đỡ lời ông:

- Tôi được phép đến đây để nói với các anh chị về những tai hại của xì ke ma túy và những chứng bịnh do nó gây ra. Và nếu có thể tôi sẽ nói về đạo đức và xã hội.

Tôi nghe tiếng của một nữ sinh:

- Cha! Coi bộ hơi nhiều...

Rồi cô đứng phắt dậy, nắm chiếc ghế cô đang ngồi, quay đúng 180 độ. Cô ngồi chàng hảng kẹp cái ghế giữa hai đùi, đặt cằm lên chỗ tựa lưng của ghế, mắt lém lỉnh nhìn tôi, cô dõng dạc hỏi:

- Ông có chơi chưa mà ông nói về các thứ đó?

Cả lớp cười ồ lên. Tôi cũng cười theo. Tôi cố tình cười lớn hơn và lâu hơn họ. Có vài cặp mắt xoe tròn nhìn tôi.

Tôi nói:

- Dĩ nhiên trước khi đến nói chuyện với các anh chị, tôi cũng phải qua một khóa học tập, tôi phải biết thế nào là bạch phiến, thế nào là cần sa, thế nào là ma túy...

- Ông có biết, hiện giờ giá chợ đen bao nhiêu một gram cocaine không?

- Vào khoảng 200 đô la.

Câu trả lời như một phản xạ, làm cô bé cụt hứng, cô bé la lớn

- Alphonso, có phải đúng như vậy không mày?

Có ai trả lời ở cuối lớp

- Đ.m. hỏi bá vơ không!

Cả lớp cùng cười. Lần này tôi không cười theo họ, và cũng chẳng buồn để ý ai là kẻ vừa trả lời câu hỏi của cô bé. Cái sắc thái của lớp học đang lôi cuốn tôi một cách mãnh liệt. Henri đang ngồi cuối lớp. Chung quanh anh có một số học sinh trông họ không mấy gì vui nếu không muốn nói các cháu đó trông có vẻ lạc lõng, yên lặng, ít cười, thường nhìn những đám mây bay ngòai cửa sổ. Họ không hề tham gia hay góp ý gì lúc tôi nói chuyện. Ông giáo Đông hình như vừa bắt được ý nghĩ của tôi, ông vừa nói với tôi vừa hất hàm về phía các cậu ấy:

- Tụi đó là con của đám sĩ quan H.O. mới qua.

Trong nhóm chung quanh Henri có anh chàng nhỏ con, có đôi mắt sáng, linh hoạt và cậu ấy có cái nhìn đặc biệt. Sau câu nói của thầy Đông tôi nghe anh ấy 'chíp' miệng, và anh nhìn thầy Đông bằng cái nhìn của anh làm tôi giật mình. Còn ông giáo Đông thì ông cóc cần, cái job dạy học của ông vững như bàn thạch. Ông là 'công thần giáo dục'. Ông dạy trường này từ năm 1975...

Tôi nhìn xuống cuối lớp, chợt nghĩ đến điều gì, tôi vụt miệng hỏi:

- Trong các anh chị có anh nào tên Trung?

Chính cậu nhỏ con ấy, dơ tay và đứng lên:

- Thưa bác sĩ con tên Trung

- Anh là con ông Đinh?

- Vâng cha con, Trung Tá Đinh.

- Hai giờ chiều mai tôi muốn gặp anh tại vân phòng tôi. Văn phòng tại cơ quan của tôi, chứ không phải văn phòng tại trường này.
- Thưa bác sĩ cha con có ý muốn con đến gặp bác sĩ vào ngày thứ năm, vì buổi sáng thứ năm con không có lớp. Thưa bác sĩ, như vậy được không ạ?
- Được, vậy gặp anh lúc 9 giờ sáng thứ Năm tại cơ quan tôi.

Trong lúc tôi trao đổi với Trung, ông giáo Đông bước ra ngòai, học trò trong lớp thì im lặng. Có một vài gương mặt có vẻ vừa ngạc nhiên vừa thích thú. Có lẽ lâu quá từ ngày theo chân cha mẹ lưu lạc đến giờ các cháu không hề được nghe cuộc đối thoại mẫu mực và nghiêm túc như vậy. Các cháu thường nghe nói "tau nói cho tụi bay biết" nhiều hơn. Tôi cảm thấy xót xa cho con em chúng tôi vô hạn. Là cha mẹ, trên bước đường lưu vong, chúng tôi thường xao lãng, không gần gũi với con em chúng tôi trong việc học hành, vì mãi lo vật lộn với cuộc sống, sợ mất job hơn là sợ mất con.

Cách đó ba hôm, tôi đang ngồi làm việc tại cơ quan, anh Đinh gọi điện thoại cho tôi:
- Alô! Alô! Bác sĩ Thể đó phải không? Alô, thưa có phải bác sĩ Thể đó không?
- Vâng, thưa ông.
- Bác sĩ, tôi là Đinh. Tôi vừa đến Mỹ theo diện sĩ quan H.O.

- Thưa anh, anh là sĩ quan H.O. thuộc đợt mấy, sao anh qua được sớm vậy?
- Thưa sĩ quan H.O.2. Sở dĩ tôi gọi bác sĩ là tôi có chuyên này: Tôi đến Mỹ với cả gia đình. Vợ chồng tôi mang theo 4 cháu, hai trai hai gái. Hai cháu gái lớn cả rồi và gần thành gia thất, tôi chỉ còn kẹt hai cháu trai còn nhỏ. Tôi không thông thạo hệ thống học đường ở đây. Tôi nghe nhiều người nói bác sĩ là người am tường về hệ thống giáo dục tại Mỹ. Tôi cũng nghe nói bác sĩ trong những năm qua đã chỉ dạy, giúp đỡ một số con em của đồng bào tị nạn, nhờ thế các cháu ấy vào được những Đại học tốt tại Mỹ. Nói thật với bác sĩ qua 10 năm đi tù cải tạo của Cộng sản, bây giờ đến Mỹ, kiệt quệ rồi. Chán nản quá rồi. Tôi giao trọn hai đứa nhỏ cho bác sĩ, hư nên gì chúng tôi cũng nhớ ơn bác sĩ.

Trong khi nói chuyện điện thoại với anh, tôi nghe có tiếng đàn bà thở dài thườn thượt...Anh vụt nói tiếp:
- À, bác sĩ, bà nhà tôi biết bác sĩ. Năm 72 bác sĩ mổ bướu cổ cho bà nhạc tôi tại bịnh viện Thủ Khoa Nghĩa, Cần Thơ.
- Anh Đinh, anh nói giọng Bắc. Anh là người Bắc cưới vợ Nam?
- Vâng, bà nhà tôi là nữ sinh Trường Đoàn Thị Điểm, Cần Thơ. Tôi là dân Albert Sarraut, di cư vào Nam, tôi tiếp tục học ở Chu Văn An Sàigòn.

- Anh Đinh, anh an tâm. Tôi sẽ hết lòng dạy các cháu. À, mà này, xin anh cho tôi được phép hôm nào đến thăm anh chị và các cháu.

Tôi nghe có tiếng ai chép miệng và thở dài. Ngừng một đổi lâu, anh Đinh nói:

- Chắc hai cháu, Trung và thằng em nó, thế nào cũng đến chào bác sĩ. Lúc đó tôi sẽ cho bác sĩ biết hôm nào thuận tiện mời bác sĩ đến thăm chơi. Hiện tại hai cháu đang học tại trường thầy Đông đó bác sĩ... Xin chào bác sĩ.

Tôi cảm thấy mình thiếu tế nhị khi xin phép được đến thăm nhà của một người ti nạn vừa mới đến Mỹ. Ngày xưa tôi cũng vậy, tôi không muốn ai đến thăm nhà tôi, nhìn thấy cảnh bần cùng của gia đình tôi khi vừa đặt chân lên đất Mỹ.

Đúng 9:00 giờ sáng ngày thứ Năm, hai anh em Trung và Hùng đến gặp tôi. Trung lễ mễ mang hai chai rượu vang đến:

- Thưa Bác sĩ, Cha mẹ con xin biếu bác sĩ hai chai rượu vang nhân dịp các con đến chào bác sĩ, và xin bác sĩ nhận hai con như con của bác sĩ.

- Tôi vô cùng cảm ơn ba mẹ của hai anh, và cảm ơn hai anh. Hai anh biết đấy, lễ vật hay quà biếu vẫn là tục lệ xưa và nay khi còn ở trong nước, không ngờ trong cái xắc tay trên bước đường lưu vong cha mẹ anh vẫn còn mang theo tục lệ ấy.

Sau đó hai cháu trình bày về quá khứ học hành của mình ở trong nước và mấy tháng vừa qua tại Mỹ. Các cháu khác hẳn các cháu trước đã từng qua khóa dạy tại lớp này, nhất là những nhận định rất thực tế của Trung:

- Cha con vào phỏng vấn chương trình H.O. vào năm 1989. Thú thật cha con không mấy nhiệt tình khi đăng ký đi chương trình H.O. Chính cái nghĩa của chữ '*Humanitarian Operation - Chiến dịch Từ Thiện*' mà làm cha con cảm thấy xốn xang. Mẹ con thì bảo phải đi, nếu đi vì cho mình thì mình còn gạn đục khơi trong, còn đi là vì con thì phải đi ngay thôi. Trễ lắm rồi làm sao cho các con theo kịp được chương trình học hành xứ người.

Khi cha con vào phỏng vấn chương trình H.O. năm 1989, nhà trường biết ngay. Lúc đó con học cuối năm lớp 10. Con là học sinh giỏi cửa trường. Con vẫn được thầy thương bạn mến như bấy lâu nay, mặc dầu nhà trường và ai cũng biết cha con là sĩ quan của chế độ cũ, đang đi học tập cải tạo tại miền Bắc. Nhưng khi biết cha con sửa soạn đi Mỹ theo chương trình H.O. thì thái độ nhà trường đối với tụi con như một đường vạch rõ nét. Họ yêu cầu các con nghỉ để chuẩn bị đi Mỹ với gia đình. Nhưng họ chỉ yêu cầu bằng miệng, không có văn thư chính thức. Các thầy, các cô giáo cũng nói xa nói gần đó chỉ là những yêu cầu chớ chẳng phải là những sắc luật hay nghị quyết chi cho rõ ràng. Tiếp thu từ những ý kiến đó, hai con cứ tiếp tục ngồi lì. Hai đứa con được ngồi lì lâu năm như vậy, thực ra cũng là nhờ các thầy và các cô. Con là người học trò giỏi, luôn luôn dẫn đầu lớp: Toán, Việt văn, và Nga Văn. Các thầy và các cô không ai muốn tụi con gián đoạn học hành. Khi gần hết lớp 12, cuối năm 1991, gia đình con có giấy lên đường đi Mỹ, có ngày giờ và số chuyến bay, lúc đó tụi con nhận đuợc văn thư chính thức của nhà trường yêu cầu nghỉ học để chuẩn bị xuất cảnh với gia đình.

- Hai anh cho tôi biết cảm tưởng của hai anh, khi vào học trường Mỹ trong 3 tháng qua, và dự tính các anh sẽ học những gì, và nhất là Trung, năm tới vào Đại học, anh có những dự định gi? Anh nghĩ gí về trình độ học sinh tại Mỹ? Trung liền trả lời:

- Cách đây 3 tuần, bạn của ba con là Trung tá Hải, qua Mỹ hồi 75, ông và gia đình ở ngọai ô. Bác Hải đưa xe đến rước ba mẹ con và hai con, đến chơi nhà ông ta ở Buffalo Grove. Con bác Hải cũng học một cỡ với tụi con. Nhân dịp này, con bác Hải đưa tụi con đi thăm trường cấp 3 của họ ở Buffalo Grove. Phải nói cả một cơ ngơi giáo dục đồ sộ. Mọi thứ đều nề nếp và kỷ luật nghiêm túc. Tụi nó bảo thầy giáo và học trò ở đây phần nhiều là người Do thái và người Da Trắng. Dĩ nhiên cũng có một vài người da đen để chiếu lệ. Con cũng thấy danh sách học sinh xuất sắc hàng tháng, hàng tam cá nguyệt. Cũng có danh sách các cô giáo, các thầy giáo xuất sắc hàng tháng. Học sinh tự ý ghi tên mình vào một đội chuyện môn: Đội Toán, Vật Lý, Xã hội, Bóng Rổ, Bóng chuyền, Bóng đá, Quần vợt, Footbal. Có một đội đặc biệt và lý thú đó là Đội Biện Luận, Debate Team. Con thấy thằng Sơn con bác Hải, tháng vừa rồi nó là cá nhân xuất sắc của đội đó. Nó cũng được trường nhìn nhận là cá nhân xuất sắc trong năm về bộ môn Debate này. Nó bảo với con cách đó một tháng, nó vác đội Debate của trường nó đi đấu võ mồm với ba trường khác, trường nó thắng to, nó là trưởng toán, nó được cá nhân xuất sắc.

- Con Trung tá Hải tiếp xúc với các anh họ vui vẻ chứ?

Trung trả lời

- Con bác Hải rất tử tế và nghiêm túc.

Hùng liền cướp lời anh:

- Họ không có lý do gì mà họ không tử tế đối với tụi con cả. Họ hơn tụi con là 75 cha họ ở Sàigòn chạy được. Còn cha con lúc đó đang đánh với Việt cộng tại Buôn-mê-thuộc...

Một lần nữa, Trung nhìn Hùng với cái nhìn của người anh hiểu được tánh háo thắng của thằng em mình. Trung nói:

- Gia đình bác Hải xưa kia ở Cư Xá Sĩ Quan Chí Hòa với ba mẹ con. Sơn, trước 75 có học chung tiểu học với con. Chính Sơn nhắc điều đó. Phải nói bác Hải là người quân nhân yêu nước. Năm 75 bác chọn lựa con đường bác đi không phải cho bác, như bác nói với cha con: "anh biết đấy, lúc đó thời tụi mình hết rồi. Bỏ tổ quốc ra đi hồi 75, là sự chọn lựa cho con, vì tương lai của con. Ở lại với Cộng Sản, tôi không sợ biển máu, nhưng tôi rất sợ Giai Cấp Đấu Tranh của Chuyên Chính Vô Sản". Đám con bác Hải 4 người. Tất cả đến Mỹ dưới 10 tuổi, đều ở ngoại ô lúc mới đến từ 75, bây giờ họ vẫn nói tiếng Việt trôi chảy, vẫn giử truyền thống giống nòi, họ không hề thay tên đổi họ. Họ tiếp thu tư tưởng yêu nước của người Cha một cách sâu sắc. Họ cũng thường về thăm nước: Sàigòn, Huế, Dalạt...Nói đến đây Trung có chiều suy nghĩ, ngừng một chập anh nói:

- Lúc đến nhà bác Hải thì vui lắm, mở mắt cho tụi con thấy hệ thống giáo dục của Mỹ cừ khôi lắm. Học sinh của Mỹ giỏi đủ mọi môn. Tại trường mỗi học sinh ngồi đối diện một cái Computer từ tiểu học. Khi tốt nghiệp Trung học, mọi học sinh biết sử dụng computer một cách thông thạo, biết đánh máy chữ rất căn bản và phải đậu xong bằng lái xe hơi. Giáo dục tại Mỹ là sự đầu tư lớn của Chính phủ Mỹ cho tương lai của nước Mỹ. Nếu có ai vì quá nhiệt tình với Mỹ mà bảo rằng đó cũng là sự đầu tư của Mỹ cho tương lai của cả thế giới. Con nghĩ câu nói ấy, không đến nỗi nói ngoa...Nhưng khi về nhà cha con buồn. Mẹ con công nhận cảm tình của bác Hải đối với ba con không suy sụp, tình chiến hữu lúc nào cũng cao quí. Nhưng mẹ con than phiền bà Quỳnh, vợ bác Hải, tiếp đãi mẹ con có phần lạnh nhạt. Mẹ con bảo: "Cũng tại ông mê đánh giặc, tận trung báo quốc, ở tù cộng sản cho đã, rồi mới tới Mỹ. Đến Mỹ chậm chân hơn người ta, nghèo khó quá mà, cho nên người ta mới lạnh nhạt khi dễ tôi như vậy. Chớ 'con' Quỳnh nó có hơn tôi cái gì đâu? Nó chỉ hơn tôi là ở chỗ chồng nó khôn hơn chồng tôi..."! Rồi mẹ con khóc. Ba con im lặng. Theo sự nhận xét của con, bác Quỳnh cũng rất tế nhị, bà sợ mẹ con hiểu lầm, cho nên bà cũng thận trọng lắm. Bác Quỳnh rất ân cần với mẹ con, 'một điều thưa chị hai điều xưng em'. Có lẽ tại mẹ con thương tụi con quá đó thôi. Vì trên đường về ngồi trên xe thằng Hùng em con nó cứ than phiền là "đến Mỹ sau người ta hơn cả chục năm, phải ngồi học ở cái trường, thầy chẳng ra thầy, trò chẳng ra trò, nửa người, nửa ngợm, nửa đười ươi. Người Mỹ biết tất cả, họ kỳ thị, sống chết mặc bây". Và hơn nữa đàn bà với đàn bà không phải là đơn giản. Con thấy mấy tuần rồi cha con ngồi một mình, suy nghĩ và hút thuốc lá hơi nhiều, con cố gần gũi ba con, ba con hay gắt gỏng. Nói đến đây, mắt Trung hơi buồn, anh ấy cúi mặt nhìn mũi giầy. Tôi liền đưa ra chương trình để giúp Trung và Hùng học thêm Anh ngữ, và tôi cũng nói thật, cả hai anh đều có thể thi đậu lớp 12, ngay cả cuộc thi mở ngay ngày mai. Nhưng các anh cũng biết, xong lớp 12 học sinh ở Mỹ ai thi cũng đậu. Nhưng có nhiều loại, trình độ khác nhau: A, B, C, D. Bây giờ tôi giúp hai anh học Anh ngữ và luyện thi ACT và SAT. Phần Anh ngữ hai anh học với tôi mỗi tuần hai buổi. Phần dạy kèm cho hai anh thi SAT và ACT ở đây tôi có một số sinh viên đại học Northwestwern, Loyola, DePaul tình nguyện dạy cho tất cả học sinh của tôi tại đây. Như vậy tuần sau chúng ta bắt đầu.

Sau đó tôi đưa hai anh ấy đi thăm các phòng thính thị Anh ngữ mà riêng tôi dùng để dạy Anh ngữ trong mấy năm qua cho các học sinh Việt, Miên, Lào và Trung Hoa mới qua Mỹ. Hai anh thích thú khi thấy cơ sở dạy Anh ngữ của tôi.... Hai anh chào tôi ra về. Ra đến cửa, Trung ngỏ lời cám ơn tôi còn Hùng thì bảo được nói chuyện với tôi thật bổ ích, và anh ấy cảm thấy rất thích thú. Chợt Trung nói:

- Thưa bác sĩ, hôm nay thứ năm 28 Tây, ba mẹ con xin mời bác sĩ đến nhà con vào ngày thứ sáu, 28 tây tháng tới lúc 3 giờ chiều.

- Cám ơn anh, về thưa với ba mẹ là tôi sẽ đến

Sau khi đưa Trung và Hùng về tôi rất ngạc nhiên cái hẹn của anh Đinh: cái hẹn một tháng, lúc 3 giờ chiều ngày thứ sáu. Một cái hẹn rất tiêu cực, hình như có ý bảo mình đừng đến. Nhưng tôi lại nghĩ nếu quả thật như vậy thì việc đến thăm anh Đinh là điều cần thiết cho tôi phải đến. Tôi sực nhớ câu Trung nói: "Rồi mẹ con khóc, ba con im lặng...ba con nhiều lúc ngồi hút thuốc lá và suy nghĩ một mình". Tôi vụt đứng dậy đến soi mặt mình trong kiến cố tìm lại nét mặt thiểu não của tôi 12 năm về trước, khi mới đến Mỹ, biết bao là oan khiên vây bủa. Từ sự phản trắc của người thân thương, đến sự phụ bạc của người đời, nguy hiểm hơn nữa là sự chụp mũ của bọn đâm thuê chém mướn, bọn Vietnam mafia.

Tôi đến thăm anh Đinh lúc 3 giờ chiều, vào đúng ngày giờ đã hẹn. Trước đó ba hôm tôi có nhắc với Trung và Hùng sau buổi học Anh ngữ với tôi. Tôi cũng nhắc qua loa thôi. Sợ anh chị hiểu lầm là mình quan trọng hóa việc đến thăm của mình. Tôi cầm theo hai chai rượu vang mà anh chị ấy cho cách đây một tháng. Không phải đem trả lại, mà đem theo với dự ý để khui cùng uống với anh chị trong dịp gặp nhau lần đầu.

Từ ngoài đường bước vào chung cư cao ốc của anh chị Đinh ở, chỉ mươi mười lăm bước, phần thì bị tuyết khô dập vào mặt rát và lạnh, phần thì mang theo hai chai rượu vang và đường trơn trượt, tôi bị gió rét xô ngả mấy lần. Cuối cùng tôi cũng với được cái nắm cửa vào cao ốc. Tôi vội bước vào bên trong tìm phòng số 2C. Tôi bấm chuông an toàn phòng 2C đợi mãi không ai mở cửa. Tôi thấy cửa lên lầu 2 bỏ ngỏ, tôi đẩy mạnh, cánh cửa mở tung ra. Tôi bước vào, mùi hôi thối ẩm mốc bốc lên tận mũi. Một tình cảm dâng lên ở tôi một cách bất ngờ. Tôi thương anh chị Đinh vô hạn, tôi thương các anh em sĩ quan H.O vừa đến Mỹ, tôi xót xa vô cùng cho cộng đồng Việt Nam tị nạn, cho những ai được chỉ định định cư tại vùng này trong chiều dài 17 năm qua.

Khi mới đến vùng này ai cũng vậy, ai cũng bị nhét cả gia đình vào một phòng hôi hám, tối tăm, chật chội, vợ chồng con cái cựa quẫy trong một không gian nhỏ bé, thiếu vệ sinh, chuột bọ và gián mối, trông vào hố xí cầu tiêu bẩn thỉu, xám xịt nhơ nhớp, còn tệ hơn cả khám lớn Chí Hòa dưới thời cộng sản. Chúng ta đã trả một giá rất đắc cho hai chữ "tự do.". Hai chữ "Tự Do" chính bản thân của nó không mang một giá trị gì hết ngoài nghĩa tự do. Tự do chỉ có giá trị khi nào chúng ta phấn đấu mới có được nó; còn Tự do chúng ta có là do sự bố thí và lòng từ tâm của người khác, ngay cả của kẻ thù, thì chúng ta không nên dòi hỏi nhiều lắm

Tôi với tay gõ nhẹ cánh cửa phòng anh Đinh. Không có tiếng trả lời. Tôi gõ cửa lần thứ hai, nghe có tiếng chít răng, và tiếng chân bước nhẹ đến mở cửa. Cánh cửa vừa hé mở, tôi nói lớn:

- Thưa chị tôi là Thể, thầy dạy kèm hai cháu con của anh chị.

- Ông là thầy dạy kèm hai đứa nhỏ con chúng tôi?

- Vâng, thưa chị Đinh.

- À! Tôi nhớ ra rồi. Ông là bác sĩ Thể? Bác sĩ Đào Trọng Thể tại bịnh viện Thủ Khoa Nghĩa, Cần Thơ. Vừa nhìn ra được tôi, chị Tiêu Phương vô cùng mừng rỡ, nhưng khi chị biết tôi có hẹn cách đây một tháng, đến thăm anh chị chiều nay thì chị có vẻ thất vọng và buồn ra mặt. Tôi hiểu được ý chị, tôi nói:

- Thưa chị gia đình anh chị là gia đình anh em H.O thứ mấy mươi mà tôi đã đến thăm.
- Vâng, thưa bác sĩ mới qua ai cũng khốn đốn cả.
- Thưa chị, anh chị qua lúc này còn đỡ hơn, gia đình tôi đến vùng này hồi năm 79, lúc ấy nhà cửa và an ninh ở vùng này còn tệ hại hơn bây giờ gấp mấy mươi lần. Chị thử nghĩ lúc ấy vùng này dân chúng còn gọi là 'vùng ma quái'- ghost area-!
- Dễ sợ!
Sau tiếng 'dễ sợ' tôi thấy chị Tiêu Phương nín thinh và chị có vẻ khiếp sợ thật. Tôi có ý dò xem có anh Đinh ở nhà không? Không lẽ anh ấy lại quên. Hình như đọc được ý nghĩ của tôi, chị Tiêu Phương nói:
- Anh Đinh và tôi vừa ngồi nói chuyện ở đây. Nhưng ngồi lâu ông nhà tôi hay mệt và nhức đầu. Anh ấy mới vào trong phòng nghỉ một tí. Xin bác sĩ ngồi chơi, tôi vào trong gọi ông ấy. Nói xong, chi vừa đi vào phòng vừa kêu lớn:
- Anh à! Có bác sĩ Thể lại, rán ra ngồi chơi với anh ấy một tí.

Tôi vẫn thấy im lặng, không một động tĩnh. Tôi thấy chị Tiêu Phương trở ra và nói với tôi:
- Bác sĩ ngồi chơi một tí, ông nhà tôi ra ngay bây giờ.
Trong lúc chờ đợi anh Đinh, mắt tôi quen với bóng tối của căn phòng, lúc bây giờ tôi vô tình sờ soạn cái ghế salon tôi đang ngồi. Chợt tôi nghe chi Đinh nói:
- Bộ salon này người ta xài lâu, cũ, gẫy chân, bị chó họ gậm nát mấy lớp da, cho nên người ta mới đem

bỏ chỗ đổ rát. Mấy đứa nhỏ và anh Đinh thấy còn tốt, ba cha con mới ì ạch khiêng về xài mấy tháng nay...Xem chừng chị đang còn muốn nói gì thêm nữa, tôi không biết làm sao mà ngưng chị lại được. Cũng may lúc đó anh Đinh từ phòng ngủ bước ra. Anh mặc bộ byjama màu xám, choàng bên ngoài một áo mùa đông cũ, lỗ chỗ những đốm, từ màu xám ngã thành màu nâu trông thật là hãm tài. Điều làm cho tôi ngạc nhiên nhất là anh rất nhỏ con. Tay anh đang kẹp một điếu thuốc cháy dở. Tôi liền đứng dậy nghiêm túc bắt tay anh.

- Xin chào mừng Trung Tá.

- Cha! Sao bác sĩ sang thế? Bác sĩ *"dám"* chào tôi là Trung Tá? Cái chức Trung Tá của tôi 'tụi nó' quên từ lâu rồi, nhất là từ ngày đến Mỹ. Những người Mỹ ở hội bảo trợ luôn luôn bảo tôi nên quên cái quá khứ của mình đi, mà lo xây dựng một con người mới để hội nhập xã hội mới văn minh và tiến bộ hơn. Nghỉ một chập anh nói tiếp:

- Không cần họ phải nhắc mình như vậy phải không anh? Mình phải tự biết điều chứ. Mình phải biết quên mình chứ, quên cái con người quá khứ của mình, nhất là cái quá khứ của một trung tá ngụy quân, có thơm tho gì đâu mà ôm bám lấy nó. Nhưng thú thật khi nghe người ta nhắc nhở như vậy mình cũng cảm thấy bị xúc phạm. Tại sao tôi phải quên cái quá khứ của tôi? Quá khứ của tôi tốt đẹp, cao quí và anh dũng lắm chứ. Tôi là một người lính yêu nước. Tôi không bỏ chạy dưới áp lực của thằng cộng sản. Không có kẻ nào có đủ quyền năng bắt chúng ta phải đánh mất bản ngã của chúng ta cả. Ngay cả bọn cộng sản Việt Nam trong lúc nó tù dày cải tạo lao khổ chúng ta, nó có hành hạ chúng ta. Nhưng bọn chúng thất bại trong kế hoạch biến đổi bản ngã của chúng ta. Trong trại tù học tập cải tạo của cộng sản, dưới mỗi tờ tự thú tôi luôn ký tên là Trung tá Lê Đinh. Khi bị tù đày học tập tại nông trường Hòang Liên Sơn, vì bị bỏ đói, tôi bẻ trộm ngô vừa ra sữa của nông trường mà tôi cạp. Tôi bị một tên bộ đội quản giáo bắt quả tang. Nó quát vào mặt tôi: "là Trung tá ngụy quân, anh bẻ trộm ngô vừa ra sữa của nông trường mà anh nuốt, anh không thấy xấu hổ à?". Nó đánh tôi hai bạt tai. Nói đến đây anh lấy tay đập mạnh xuống bàn làm tung toé cả bình trà và ba cốc nước trà. Anh nguyền rủa: quân Cộng sản thô bạo vậy mà nó tồn tại, nó chiến thắng ta. Nhưng đau hơn cả đánh, nó dám gọi đích danh tôi là *Trung tá ngụy quân.* Nó nhắc nhở cho mình nhớ mình là ai? Anh Đinh vụt đứng phắt dậy trong cơn kích động tâm thần mãnh liệt. Tôi không thể nào biết trước anh sẽ làm gì? Tôi liền đứng dậy, ôm anh thật chặt vào lòng và ghì anh ngồi xuống. Chúng tôi ôm nhau. Tôi nghe tiếng nấc truyền sang từ lồng ngực anh. Chúng tôi thương nhau vô hạn...

Chị Tiêu Phương buồn, chị nói:

- Hơn 2 tháng rồi đấy bác sĩ, ông nhà tôi lúc nào cũng ngồi trong bóng tối, hút thuốc lá một mình. Nhiều lúc nửa đêm mê sảng, ông nhà tôi quát tháo ấm ĩ, đá tung chăn mền rồi ngồi dậy, mắt thao láo nhìn vào bóng đêm. Ông than nhức đầu, không tài nào ngủ lại được. Sức khoẻ, tinh thần càng ngày càng sa sút. Hôm nay được bác sĩ đến thăm, tôi mừng có người hiểu được anh, anh ấy mới nói nói ra, mới thố lộ tình cảm. Nói tới đây chị khóc. Tôi vừa ôm vai anh Đinh, vừa đỡ lời chị:

- Anh Đinh có nhiều may mắn hơn người khác. Như anh biết đấy, anh có người vợ tuyệt vời lúc nào cũng hiểu chồng, gần gũi và nâng đỡ nhau. Anh Đinh thều thào:

- Cám ơn bác sĩ, bà nhà tôi chân chất, tôi may mắn thật...

Tôi và anh Đinh hai người cùng đứng dậy sửa soạn lại khay trà, và mấy cái chén uống trà. Anh Đinh nói:

- May quá không có cái nào vỡ cả. Anh biết đây là bộ chén trà Ngũ Hành Sơn đó anh. Tôi đem từ bên nhà qua. Anh thấy, nó không được mỹ thuật lắm, nếu không muốn nói nó còn thô thiển lắm phải không anh? Nhưng tôi thích, vì nó thuộc đợt sản xuất đầu tiên đó anh. Nó có tính chất lịch sử, đánh dấu ngày phát khởi ngành công nghệ làm chén trà của ta. Nghe tới đây tôi cảm thấy anh Đinh còn nhiều gắn bó với tổ quốc hơn tôi.

Nhìn thấy hai chai rượu vang tôi đang dấu dưới cạnh chân, anh Đinh liền hỏi:
- Sao lôi thôi vậy? Anh đem trả lại đấy à?
- Tôi mang lại, để khui cùng anh chị uống cho vui.
- À, có thế chớ, lẽ nào mà anh trả lại.

Đoạn anh gọi:
- Bà ơi! Rồi anh cười ngất, bây giờ chỉ còn bà với ông. Không biết mình già từ thuở nào. Không còn chú ý đến ngày tháng, râu tóc dài che kín mặt, có lúc tàng quên cả tên mình.
- Có thế lắm đấy. Anh có thể quên tên anh đôi lúc, nhưng anh khó mà quên được tên chị, phải không anh?
- Anh bảo sao? A.a..a... bác sĩ chẩn đóan đúng thế thì thôi!

Cả hai chúng tôi cùng cười. Chị Tiêu Phương xuất hiện từ nhà bếp ra bất ngờ. Chị vui vẻ khác thường, chị nói:
- Mời bác sĩ ở lại ăn cơm tối với vợ chồng tôi, một bữa cơm cuối năm, mặc dầu chỉ là cơm dưa muối.

Rồi chị lườm anh Đinh một cách âu yếm, chị nói trong giọng ngậm ngùi:
- Gớm hơn hai tháng nay, mới thấy 'ông ấy' vui nhộn được một bữa.

Ngồi dùng bữa ăn tối với anh chị Đinh với hai cháu tôi thấy thích thú vô cùng. Anh Đinh vừa làm cạn cốc rượu vang thứ hai và anh thưởng thức đến giọt cuối cùng. Tôi muốn lợi dụng cái tinh thần hứng khởi của anh Đinh mà nói đến những vấn đề xa xôi một tí, lâu rồi tôi định nói nhưng không có được cơ hội thuận tiện như hôm nay. Tôi nặn óc mãi, không biết mở đầu câu chuyện ra sao. Tôi đánh bạo nói:

- Thưa anh chị, hầu như chỉ có anh chị mới hiểu biết về hoàn cảnh của mình đến Mỹ thuộc diện 'từ thiện'. Đồng thời anh chị hiểu được con em mình. Các cháu muốn gì? Các cháu lo lắng về điều gì? Ta có thể giúp đỡ con em của chúng ta đến mức độ nào? Cho nên anh chị tìm thầy cho các cháu, gặp tôi và cho tôi đến thăm anh chị. Chứ những người khác như anh chị biết đấy, một lần muốn đến thăm gia đình anh em, nhất là anh em sĩ quan H.O. là tôi chạm trán với những câu hỏi hóc búa cũng như sự từ chối phũ phàng: "Có chuyện gì mà ông bày đặt viếng nhà tôi? Ông bỏ nghề bác sĩ rồi nhỉ. Ông là công thần Mỹ...đến thăm gia đình tôi phải không? Chớ hà cớ gì mà ông phải đến viếng gia?". Nhưng anh chị cũng biết tôi không phải là gì cả, cũng lại càng không phải công thần của Mỹ. Tôi chỉ có một tội lớn là có rất nhiều tham vọng trong việc đầu tư vào việc học hành con em của chúng ta. Cho nên cuối cùng anh em cũng phải mở cửa cho tôi vào. Tôi nói với anh em về những khó khăn của con em chúng ta về học hành khi các cháu đến xứ người. Những khó khăn của con em chúng ta trong việc học hành, không phải thuần túy ở chỗ chữ nghĩa không đâu, nó còn là sự va chạm về văn hóa, về kinh tế, về những tương quan giữa xã hội với xã hội. Con em của chúng ta cũng có những thao thức những trăn trở riêng của họ...Nhờ sự thông cảm của các anh em sau này mà tôi mời được một số anh em tham gia tổ chức Hội Cha Mẹ Học Sinh Và Học Đường. Những anh em này xem như những thành viên nồng cốt xây dựng phong trào đầu tiên. Sự thật chương trình này là của chính phủ liên bang đưa ra từ Boston. Họ biết tôi, làm việc cho các trường và dạy bổ túc cho các cháu, cho nên họ yêu cầu tôi làm cố vấn và thành lập hội; Hội Cha Mẹ Học Sinh và Học Đường (HCMHSVHD). Hiện nay tôi có được một số anh em tham gia rồi, nhưng tôi muốn mời anh, tôi vừa nói vừa nhìn chị Tiêu Phương, và xin phép chị, cho tôi mời anh ra làm giám đốc cho chuơng trình này.

Chị Tiêu Phương rất thực tế, chị hỏi liền:

- Có lương không bác sĩ?

- Thưa chị chắc chắn là không lương. Đây là việc *ăn cơm nhà vác ngà voi.* Nhưng tôi muốn mời anh tham gia, để cho anh có cơ hội tiếp xúc với anh em, với người Mỹ. Ngồi nhà hút thuốc lá càng ngày càng thêm buồn, rồi làm sao tương lai có thể tồn tại với họ được. Thưa chị có đi lại mới thấy khó khăn, có đương đầu với khó khăn ta phải khắc phục khó khăn, dần thành quen, khi ấy khó khăn không còn là khó khăn nữa...

Tất cả mọi người trong mâm cơm đều nín lặng và suy nghĩ. Chợt Trung vừa gát đũa vừa đứng dậy, anh ấy nói:

- Thưa ba, đây là cơ hội hiếm có, ba nên tham gia để có dịp ra ngòai, đóng góp với cộng đồng, tiếp xúc với người Mỹ cho quen để sau này ba còn làm việc với họ.

Sau một chập suy nghĩ, anh Đinh nhìn chị Tiêu Phương, và chị cũng nhìn anh một cách phụng phịu. Anh Đinh nói:

- Tôi muốn: "ngỏ ý với bà", anh cười...theo lời đề nghị của bác sĩ Thể và theo yêu cầu của các con, xin bà chấp nhận hy sinh cho phép tôi làm việc không lương chớ? Nói xong anh ngã ngửa ra cười, anh nói tiếp:

- Vâng trăm sự nhờ anh, mở cho tôi cánh cửa để cho tôi ra ngoài tiếp xúc với đời với thiên hạ.

Được anh Đinh nhận lời, tôi mừng khôn xiết. Tôi cám ơn chị Tiêu Phương, tôi cám ơn tất cả mọi người trong mâm cơm, tôi cám ơn anh Đinh.

Tối hôm ấy tôi về nhà muộn. Vợ tôi mở cửa cho tôi vào. Bà rất là vui. Vừa thấy tôi bà la lớn:

- Tết năm nay cộng đồng Việt Nam tại Chicago tổ chức Tết lớn lắm anh ạ, có rước cả Ý Lan, Thanh Tuyền về hát nữa, toàn ca sĩ gạo cội không, trả tiền cho họ lớn lắm hơn cả 3000 đô cho mỗi người mà hát chỉ một đêm mùng ba Tết. Vậy mà anh không chịu nhảy đầm. Lần này mình nhảy nghe anh...

- Tết rồi sao em? Tôi hỏi nhà tôi, và nhìn lên tờ lịch thấy hôm nay là ba mươi Tết. Tôi nhìn vợ tôi, tôi có ý thầm xin lỗi bà, và tôi hứa:
- Anh sẽ cố gắng! Anh sẽ cố gắng!

Sau đó anh Đinh thật sự xoắn tay áo lao vào công tác. Anh làm việc rất nhiệt tình. Chẳng thế thôi anh còn kêu gọi các bạn đồng ngũ đồng niên tham gia phong trào. Anh tổ chức buổi ra mắt HCMHSVHD, với sự gặp gỡ hơn 200 gia đình có con em còn đang theo đuổi học hành. Chưa bao giờ có ai tại vùng này lại có thể tổ chức được một buổi meeting bề thế như vậy! Nhất là một meeting nói về: "CON EM CHÚNG TA VÀ MÔI TRƯỜNG CỦA MỘT NỀN VĂN HÓA ĐA DẠNG", một đề tài khô khan, chẳng những người ta không muốn nghe, mà người ta còn chạy trốn nữa là khác. Ấy thế mà anh vẫn thành công to, trước sự ngỡ ngàng cũng như thán phục của bằng hữu, của những người có nhiệt tình với tương lai của cộng đồng. Hôm ấy tôi nghe say sưa và vô cùng kiêu hãnh về bài tham luận của anh đọc trước hơn 300 quan khách. Anh bày tỏ quan điểm của anh: *"Bên cạnh những lý do chính trị, tại sao chúng ta bỏ nước chúng ta đi, còn có một lý do chính đáng, đó là vì sự học hành của con em chúng ta. Chúng ta muốn con em chúng ta hưởng một nền học vấn tự do và tiến bộ. Nhưng khi đến nước người có mấy ai còn bảo vệ niềm tin yêu sâu sắc đó? Con em của chúng ta, những đứa con vô cùng thương yêu của tổ quốc Việt Nam, trên đường theo cha mẹ lưu vong, đáng lẽ phải được những bàn tay nhung gấm nâng niu ân cần bảo vệ, họ bị lãng quên! Ở xứ người, con em chúng ta bị phó thác cho những trắc trở trên đường phố, những tai biến hiểm nghèo ngoài xã hội, những rủi may tại học đường! Chúng ta quên mất điều quan trọng: tương lai cộng đồng chúng ta tùy thuộc vào con em chúng ta. Tương lai của con em chúng ta tùy thuộc vào sự học hành của họ! Bây giờ không phải là muộn để chúng ta trở về với con em của chúng ta, gần gũi, châm bón, bồi dưỡng sự học hành của con em chúng ta!"*

Nghe bài tham luận của anh Đinh, tôi có cảm tưởng đó là những điều chiêm nghiệm của anh qua những năm tháng trong những trại tù cải tạo của cộng sản tại Yên Bái, Hòang Liên Sơn, Bắc Thái, Vĩnh Phú, Lý Bá Sơ, Cổng Trời ...Những chiêm nghiệm của anh về thân phận mình, con em mình, của cộng đồng, khi anh ngồi trong vây hãm của bóng tối thê thảm, trong căn phòng hôi hám của anh kể từ ngày anh đến Mỹ. Sống trong những điều kiện bi thương như vậy anh vẫn không ngừng suy nghĩ về tương lai của gia đình và tổ quốc cũng như của cộng đồng. Anh phải là người anh dũng lắm!

Từ lúc được anh Đinh kề vai gánh vác chức năng Giám đốc của hội, tôi hoàn toàn phó thác cho anh và các anh em trong hội đồng cố vấn, lo việc phát triển phong trào. Vị trí Chủ tịch Hội đồng Cố vấn không còn giá trị trên thực tế nữa. Tôi xin từ nhiệm. Sự liên hệ giữa tôi và anh chị Đinh cũng như các anh em trong tổ chức vì thế cũng thưa dần. Hai cháu Trung và Hùng trong mấy năm qua đều lần lượt vào Đại học lớn như anh chị và hai cháu hằng mơ ước. Tuy vậy trong mấy năm qua tôi cũng lắng nghe cộng đồng nói về anh Đinh. Quần chúng thật sự thán phục anh, nhất là anh biết cách gây quỹ, hướng dẫn phát triển phong trào. Những phụ huynh học sinh trong vùng có ý thức trách nhiệm về sự học hành của con em mình nhiều hơn. Nghe nói anh Đinh có job. Anh trở nên người tích cực trong mọi hoạt động của cộng đồng. Anh đã đổi địa chỉ và anh cũng gọi cho tôi biết địa chỉ và số điện thoại mới của anh. Có lần tôi gặp một ông bạn già, ông nguyên là Đại tá Quân đội Việt Nam Cộng Hòa, tôi có hỏi thăm ông ấy về anh Đinh vì theo tôi biết ông ta và anh Đinh là chỗ thân tình. Ông ta nói:

- Thằng Đinh, tôi vừa đưa nó vào làm chung một sở với tôi gần một năm nay. Nó tìm việc nơi nào cũng bị chê. Nó buồn lắm. Nó còn lý tưởng quá. Bác sĩ cũng biết cái job của tôi trên danh thiếp nghe ngon lắm. Job của City mà! Người làm phải được tin cậy về chính trị. Những sĩ quan H.O là lý tưởng cho job đó nhất. Nhưng thực sư đó chỉ là lao công chùi nhà, hố xí cầu tiêu, chăm sóc sạch sẽ vệ sinh trong các cao ốc, trong các cơ quan của City. Lúc đầu nó cũng nản lắm vì mới bắt đầu nó phải được thử lửa, làm xuất 3, từ 12 giờ khuya đến 8 giờ sáng mà lương thì chỉ có 5 đồng 20 xu một giờ, cao hơn minimum wage vào khỏang 90 xu, nhưng nó có bảo hiểm sức khỏe cho cả gia đình rất tốt. Nhưng dù sao đi nữa, cuối tháng lương đem về không đủ để trả tiền nhà và tiền ăn. Nó nhờ hai con gái có phước, lấy được chồng làm kỹ sư, bù đắp tí đỉnh. Mà anh cũng biết thằng Đinh nó khẳng khái lắm. Những năm 60, nó là tiểu đoàn trưởng thuộc cấp cũ của tôi. Nó nắm tiểu đoàn mẫu mực lắm. Lính của nó thương nó lắm. Thằng đó sạch! Cách đây sáu tháng nó được chuyển sang xuất một, làm từ 8 giờ sáng đến 4 giờ chiều. Tối về nó còn làm thêm, chạy giao hàng thức ăn cho các tiệm pizza kiếm thêm tí đỉnh nhờ tiền thù lao thực khách họ cho. Ban đầu nó còn ngượng, nhưng rốt rồi cũng quen. Mấy năm trước, bác sĩ biết, tôi cũng vậy, thôi thì cũng đành, "cánh hoa rụng chọn gì đất sạch".

Rồi cách đây mấy năm, vào một buổi sáng thứ Hai, tôi đang ngồi làm việc tại văn phòng, bác sĩ Nguyễn Minh, bậc đàn anh của tôi, nguyên Cục phó Cục Quân Y Quân Đội Việt Nam Cộng Hòa trước 75, gọi điện thoại cho tôi:

- Thể, 'toi' có hay biết gì không?

Tôi chưa kịp trả lời, anh ấy nói tiếp:

- Chắc là 'toi' không hay biết gì rồi. Thằng Đinh bị một thằng Mỹ đen bắn vào nửa khuya đêm thứ bảy vừa qua khi nó chạy giao hàng pizza trên đường Clark.

- Thưa anh, anh nói thằng Đinh nào?

- Trung tá Đinh đấy, bạn của 'toi', bị thằng Mỹ da đen kè nòng súng chạm da, đúng vào ngực trái của thằng Đinh mà nó nổ!

- Thưa anh, vậy xác của Trung tá Đinh đang nằm ở nhà quàn nào?

Tôi nghe bác sĩ Minh cười lớn trong điện thoại:

- Nó đâu có chết, xe cứu thương chở nó vào bịnh viện lúc hai giờ khuya. Nó khai nó chỉ bị bắn có một phát. Nó sợ quá! Nó la lớn: I am refugee! No dollars! Rồi nó ngã đùng một cái thằng Mỹ đen đâm hoảng bỏ chạy...Thằng Đinh nó chỉ cho bác sĩ thấy lỗ đạn vào ở ngực trái và lỗ đạn ra ở chệch ngoài sau lưng vai trái. Nhưng thằng bác sĩ Mỹ không tin, nó bảo thằng Đinh bị bắn ít nhất là hai phát! Nó mang thằng Đinh đi chụp quang tuyến X khắp thân thể, lồng ngực và ổ bụng. Nó không tìm thấy viên đạn cũng không tìm thấy dấu hiệu lủng tạng rỗng hay tim phổi. Nó đành giữ thằng Đinh lại mươi ngày để theo dõi. Hôm qua 'moi' vào thăm nó, thấy nó vẫn khỏe, nhưng nó có vẻ khiếp. Nó bảo sợ quá. Nhắc lại như cơn ác mộng. Nó bảo ở Việt Nam mình không sợ thằng Cộng sản. Ở Mỹ, bây giờ mình chỉ thấy người da đen thôi mình cũng sợ, đừng nói chi những màu da khác còn nguy hiểm hơn, nhất là bọn mà nhà báo Ted Kopel gọi là bọn Vietnam Mafia. À

Thể, nó có nhắc 'toi', nhớ đến thăm nó. Chắc nó còn trong viện. Nhớ đi nghe Thể.

Tôi cám ơn bác sĩ Minh. Dĩ nhiên là tôi phải đến thăm anh Đinh. Hơn ai hết, tôi là người chịu trách nhiệm trước thảm họa của anh Đinh. Chính tôi là người kéo anh ra khỏi bóng tối trầm cảm, thúc đẩy hội nhập vào xã hội Mỹ, từ bỏ cảnh đứng khoanh tay bên lề cược đời, từ bỏ thái độ tiêu cực, hãy vũ trang cho mình một ý chí mới, ý chí sống còn trong vinh dự trên đất Mỹ. Anh ấy đã thể hiện và đã thành công. Tôi kiêu hãnh vô cùng. Nhưng tai biến đã đến với anh, tôi cảm thấy mình hụt hẫng, chới với...

Tôi đến thăm anh Đinh tôi gặp ngay nụ cười rạn rỡ trên mặt chị Tiêu Phương. Nụ cười lạc quan của chị làm cho tôi vơi được những lỗi lo lắng khi gặp anh Đinh. Gặp tôi ở phòng khách bịnh viện chị reo lên:
- Bác sĩ biết không, mấy đời mà nòng súng chỉa thẳng vào tim bắn cái đùng mà còn sống nhăn răng. Cái đó chỉ có ơn trên cứu độ mà thôi. Chị nắm cánh tay tôi dẫn tôi vào phòng anh Đinh. Vừa thấy tôi, anh Đinh la lớn:
- Sao đến muộn vậy? Anh tưởng tôi đi "Đức" rồi phải không? Nghe bác sĩ Minh nói là anh muốn biết "xác của Trung tá Đinh đang nằm ở nhà quàn nào?". Phải không? Sao bi quan thế? Đâu có dễ chết như

vậy được. Tôi còn nặng nợ với đời lắm. Nhất là với vợ tôi. Rồi anh ấy nhìn chị Tiêu Phương và hỏi:

- Phải không em?

Tất cả chúng tôi cùng cười. Chị Tiêu Phương nhắc lại chuyện xưa:

- Ông nhà tôi gặp được bác sĩ như lân gặp pháo. Kể từ ngày gặp được bác sĩ, anh ấy vui vẻ yêu đời. Chắc bác sĩ còn nhớ năm nào bác sĩ lần đầu tiên đến thăm chúng tôi và ở lại ăn cơm tối cuối năm với vợ chồng tôi, bác sĩ đã làm thay đổi anh Đinh. Anh Đinh vui vẻ, hăng say yêu đời kể từ hôm đó gặp bác sĩ.

Vợ chồng anh Đinh và tôi nói chuyện huyên thiên về mấy năm không gặp nhau, công ăn việc làm và về con cái. Chúng tôi cũng nói đến những thăng trầm trong đời sống cũng như nói về những người bạn còn kẹt lại bên kia, những kẻ thao thức bên này, những tai biến có thể xẩy đến trên thân phận những người yêu nước lưu vong...Sau một chập, tôi buột miệng nói:

- Anh chị phi thường hơn chúng tôi nhiều.

- Chúng tôi mà phi thường hơn anh à? Nói dóc tổ. Thôi bỏ đi. Đừng tưng bốc nhau mãi, mỏi tay lắm. Này bác sĩ, mai nó cho tôi xuất viện, liệu tuần tới tôi đi chùi nhà được chưa?

Tôi bắt tay anh ấy và xin phép ra về, và vừa trả lời anh ấy:

- Chỉ có chị mới hiểu được anh, xin anh tham khảo ý kiến của chị.

Tôi rời khỏi phòng còn nghe tiếng cười của chị Tiêu Phương.

Sau này, về dài về lâu, anh Đinh cũng chịu ảnh hưởng của tai biến trên không ít thì nhiều về phương diện tâm thần. Anh thường đến gặp tôi để tư vấn cũng như để vấn an tâm thần. Anh thường lên cơn hoảng hốt lo sợ chết đột ngột. Người Mỹ gọi là 'panic attack'. Tôi giới thiệu anh đến đồng nghiệp, một giáo sư tâm thần người Mỹ. Qua mấy năm điều trị coi như anh đã bớt rất nhiều, gần như là dứt hẳn. Chúng tôi lại ít gặp lại nhau vì lo ngụp lặn, làm ăn, sinh sống. Thỉnh thỏang chúng tôi thoáng thấy nhau rồi biến mất theo dòng xe cuối đường, hay trong đám đông.

Trong dịp tết vừa qua, cộng đồng Việt Nam tại Chicago tổ chức Hội chợ. Tôi có ghé thăm với chủ ý để gặp lại anh em. Tôi đến thăm gian hàng Hội Cha Mẹ Học Sinh Và Học Đường (HCMHSVHD). Từ xa tôi thấy anh Đinh trong khăn đóng áo the đen. Còn chị Tiêu Phương súng sính trong bộ áo dài cổ truyền dân tộc màu nhiễu điều. Anh chị đang hạnh phúc đi bên nhau. Chúng tôi gặp nhau, chúng tôi vô cùng mừng rỡ. Cũng như những người lớn tuổi khác, ngày tư, ngày Tết, gặp nhau, sau những câu nghi lễ chào nhau, chúng tôi chúc tụng nhau. Trong dịp này anh chị Đinh cho tôi hay:

- Cháu Trung, như bác sĩ biết đấy, tốt nghiệp kỹ sư về Computer tại Đại học Champaign, Illinois, cách đây hơn 3 năm. Hiện Trung làm cho hảng Motorola tai Schaumburg, Illinois. Còn cháu Hùng hiện đang là Pharm D tại St Luke Hospital thuộc Viện Đại học Rush.

Đến đây chị Tiêu Phương tiếp lời anh Đinh:

- Nếu không được sự dẫn dắt của bác sĩ ngay từ đầu, thì các cháu, ngay cả vợ chồng tôi, cũng không được như ngày hôm nay. Vợ chồng tôi lúc nào cũng nhớ ơn bác sĩ.

Tôi thật sự xúc động khi nghe những lời tri ân của anh chị Đinh.

Cùng lúc đó, bác sĩ Nguyễn Minh vừa đi lại. Anh gặp lại tụi này anh mừng. Trong lúc hứng chí anh nhắc lại câu nói của tôi mấy năm về trước: "Xác của Trung tá Đinh hiện nằm ở nhà quàn nào vậy anh?". Vô tình anh làm tất cả mọi người cùng cười. Sau đó chúng tôi chúc tết nhau. Tôi xin kiếu ra về.

Bước ra ngoài cửa hội chợ đến bãi đậu xe, tôi thấy một chiếc xe Lexus LE- 430 kiểu mới nhất, một thanh niên Mỹ da trắng lái và cố tình lái rất chậm đến đậu gần kề tôi. Người thanh niên ấy tiến đến cúi đầu chào tôi như một thanh niên Việt Nam chào người trên trước trong ngày nguyên đán:

- Kính bác sĩ năm mới. Con xin mừng tuổi bác sĩ. Bác sĩ còn nhớ con không? Con là thằng Henri đây.

Bất ngờ quá, tôi thật sự ngạc nhiên. Tôi bắt tay anh ấy trong ngỡ ngàng:

- Hên! Tôi nhớ ra anh rồi.

- Gần 10 năm mà bác sĩ còn nhớ tên Việt Nam của con là Hên. Thầy biết, chỉ có thầy và bà già con là biết tên Việt Nam của con là Hên mà thôi. Ngay cả vợ con nó cũng không biết.

Nói xong anh chạy đến chiếc xe Lexus, mở cửa xe dẫn cô vợ lại giới thiệu với tôi.

- Thưa Bác sĩ đây là vợ mới cưới của con. Mẹ con cưới cho con từ Lịch Hội Thượng tại Sóc Trăng. Con vừa về Việt Nam làm đám cưới cách đây tám tháng...

Tôi thấy cô bé khá xinh đẹp, có phần bẽn lẽn khi đến chào tôi. Tôi mừng cho anh ấy và anh cũng thật xứng đáng với cô vợ vô cùng xinh đẹp. Nhưng hỏi thật anh, anh làm ăn như thế nào mà anh có vẻ phát đạt như vậy?

Henri cũng thành thật cho tôi hay nhờ tài bươn chải và sự khôn ngoan từng trải đời của mẹ. Mẹ anh đã dạy anh nên người. Bây giờ anh là chủ nhân của hai tiệm "Nails". Một cái ở trong Downtown-Chicago, một cái ở ngoại ô. Henri nói tiếp:

- Cưới vợ con về, con dạy nó làm nghề "Nails", để mai mốt nó tiếp tay với con làm ăn. Bà già con già rồi. Anh ấy chỉ tay vào xe Lexus:

- Thưa bác, mẹ con đó.

Tôi nhìn vào trong xe thấy một bà già tóc bạc trông thật là đẹp lão. Tôi thấy bà cúi đầu chào tôi. Tôi cũng cúi đầu chào lại bà. Tôi bắt tay Henri và chúc anh và gia đình năm mới hạnh phúc, làm ăn phấn chấn hơn nữa. Vợ chồng anh ấy cũng chúc lại một năm vạn sự như ý. Khi tôi đi xa độ mươi bước, tôi nghe tiếng bà già anh ấy hỏi:

- Ông ấy là ông nào vậy? Tau nghe mày nói chuyện mày xưng hô với ổng khi thì thưa 'bác sĩ' khi thì thưa 'thầy', khi thì thưa 'bác', sao lạ vậy?

- Dạ! Có lạ gì đâu, ổng là bác sĩ mà gần 10 năm trước ông ấy dạy con.

- Mày nói coi bộ ngộ. Ông ta là bác sĩ, sao ổng lại dạy mày? Mày có học bác sĩ bao giờ đâu?

Tôi ngó lại thấy Henri huơ huơ hai tay lên trời ra vẻ phân bua với mẹ anh ấy:

- Dạ, con không có học bác sĩ, mà ông bác sĩ Thể đã là thầy dạy con...

Tôi về đến nhà. Vừa mở cửa vào, vừa nghĩ đến câu phân bua của thằng Henri với mẹ nó, tôi cười một mình. Thấy lạ, vợ tôi hỏi tôi cười về chuyện gì vậy? Tôi kể lại cho vợ tôi nghe chuyện thằng Henri phân bua với mẹ nó. Vợ tôi bảo:

- Không đâu anh, Henri và mẹ nó, ngay cả anh, tất cả đều nhầm. Anh đâu còn là bác sĩ từ khi anh đến Mỹ./.

CUỐN THEO CHIẾN TRANH

Từ lầu cao, ngồi nhìn nắng chiều chiếu sáng rực rỡ cả một vùng rộng lớn nóc thành phố Chicago và đỉnh tháp Sears Tower, Trọng suy nghĩ về Thạch Hùng, một bịnh nhân mà anh vừa gửi đến bác sĩ Fournier cách đây mươi phút. Anh nhớ lại trong buổi hội chẩn với bác sĩ Fournier về Thạch Hùng cách đây mấy tháng, bác sĩ Fournier cho anh hay: trong mùa Đông vừa rồi, cảnh sát nhặt Thạch Hùng trong hầm của bến xe đò Greyhound, ở Downtown Chicago. Lần đầu tiên tôi gặp Thạch Hùng, anh ấy nói chuyện với tôi nửa tiếng Pháp nửa tiếng Mỹ. May mà tôi cũng có vài năm học tại viện đại học Lyon (Pháp), tôi hiểu được anh ấy. Ngay những phút đầu gặp gỡ, anh ấy nói chuyện với tôi có sức thuyết phục lắm. Anh ấy nói anh đến Mỹ từ phi trường quốc tế của Pháp, Orly, Paris. Anh miêu tả mùa đông Paris lạnh. Mùa Thu Paris đẹp. Anh đã sống nương náu, trong phi trường Paris nhiều năm, như một kẻ vô gia cư. Anh miêu tả người Pháp nói tiếng Pháp nghe hay, lảnh lót và âm điệu. Anh ấy cũng đi thăm tỉnh Provence, của nước Pháp. Anh xác định Provence là vùng đất miền Nam của Pháp, có nhiều di tích lịch sử văn học, quê hương của Alphonse Daudet. Anh đã viết những bài thơ ngay dưới cái cối xay gió, Moulin, ở đó Alphonse Daudet đả viết chuyện ngắn trữ tình "Les Etoiles". Anh bảo với tôi, anh đi thăm Provence với cô bạn gái của anh, chính cô ấy mua vé máy bay cho anh một mình đi thăm nước Mỹ. Bây giờ thì anh nhớ cô bé ấy và anh khóc, anh than vãn: "Oh! Brigide Bardot, người em gái nhỏ bé của tôi ơi. Em xinh đẹp làm sao. Đôi môi em lúc nào cũng sẵn sàng chờ đợi anh...". Đến đây thì tôi mới vỡ lẽ ra là anh ta bị hoang tưởng quá rồi. Đọc lại hồ sơ, cảnh sát Chicago khi nhặt anh ấy trong hầm xe bus Greyhound, họ tìm thấy trên ngực áo của anh ấy có một túi nylon trong đó có giấy giới thiệu của Trung Tâm Bịnh Tâm Thần dành cho người Châu Á Thái Bình Dương tại Sacramento, gửi anh ấy đến Chicago để tìm bà con và để điều trị bịnh tâm thần theo lời yêu cầu của anh ấy. Nói đến đây, bác sĩ Fournier ngừng lại, nhìn Trọng một chập, ông nói tiếp:

- Lối gửi bịnh nhân đi nguy hiểm như vậy gọi là Greyhound Therapy! Vì chính họ mua vé xe đò Greyhound cho bịnh nhân, một lối tống bịnh nhân đi khỏi trách nhiệm của mình của một vài tiểu bang mà chúng ta đã phản đối. Đó là một hành xử sai, vô trách nhiệm. Ngừng một chập, bác sĩ Fournier kể tiếp;

- Tôi gọi Trung Tâm Tâm Bịnh Tâm Thần dành cho người Châu Á Thái Bình Dương ở Sacremento để moi thêm lý lịch của anh ta. Tôi được biết anh ấy trốn sang California cách đây một năm từ bịnh viện ở Boston, nơi cộng đồng người Khmer đông nhất. Ở Cali anh gặp rắc rối với cảnh sát, anh say rượu, đứng đái trên đường phố. Sau đó họ tìm trong túi anh có thẻ tùy thân chứng nhận anh là một người bị bịnh tâm thần. Cảnh sát đưa anh đến Trung Tâm Tâm Bịnh Tâm Thần ở Sacremento để điều trị, và giúp đỡ anh. Nhưng theo lý lịch anh ấy trốn đến Boston từ Chicago. Tôi hy vọng, ông về tìm hiểu thêm chắc có vấn đề nên anh ấy mới bỏ Chicago tìm đến Boston…"

Sau này về tra cứu lịch sử và nguồn cơn của bịnh tâm thần của Thạch Hùng, Trọng mới hay Thạch Hùng, người Việt gốc Khmer, sanh tại Neakluong, một thị trấn sung túc ở biên giới phía Đông Campuchia. Gia đình Thạch Hùng, vì giặc giã, nên dọn về Trà Vinh và sau dời về Saigon. Thạch Hùng theo học chương trình Pháp từ hồi nhỏ, đậu xong lớp 12 chương trình Pháp tại Saigon. Thạch Hùng đăng kí vào học trường Võ Bị Quốc Gia ĐaLạt. Trong một dịp tư vấn, Thạch Hùng thú nhận: tôi được nhận vào Trường Võ Bị Quốc Gia Đalạt là nhờ chính sách đặc biệt -quota- của chính phủ Việt Nam

Cộng Hòa, ưu tiên dành cho dân thiểu số Khmer, Chàm và Radé.

Qua những lần tư vấn tiếp sau đó, Trọng được biết Thạch Hùng đến Mỹ vào năm 75 sau khi Saigon mất. Gia đình của anh và người yêu, một người Việt Nam, cô giáo dạy Việt văn và cũng là sinh viên Văn khoa Saigòn, tất cả bị kẹt lại. Anh mất liên lạc với cha mẹ, gia đình, và người yêu của anh, hơn 8 năm. Có tin đồn, anh chưa kịp kiểm chứng, là gia đình và cha mẹ anh bị Khmer Rouge giết sạch khi họ trở lại nhà cũ ở Neakluong, 1975! *"Điều lo âu lớn nhất của tôi",* có lần Thạch Hùng nói trong giọng ngậm ngùi:

- Khi chia tay với Thục Oanh, người yêu của tôi vào đêm 29/4/75 lúc ấy tôi biết nàng đang có thai, chúng tôi chưa kịp làm đám cưới. Nói đến đây, bất giác Thạch Hùng đổi giọng tha thiết: *"Nhưng tại sao Em! Em! Em nhất quyết đẩy anh đi để cứu lấy mạng sống của anh trước nhất"!* Thạch Hùng hai tay bưng mặt khóc rưng rưng, kêu gào thống thiết: *"Vợ tôi! Con tôi!".*

Đọc lại và nghiên cứu hồ sơ của Thạch Hùng, Trọng biết Thạch Hùng có ra hầu tòa nhiều lần. Anh muốn biết rõ hơn, anh hỏi Thạch Hùng:

- Làm sao trong tháng Giêng, tháng 2 và tháng 4, năm 82 anh ra hầu tòa cả thảy 3 lần, và cuối cùng được tha bổng? Trọng rất ân hận đã hỏi câu hỏi ấy, khi thấy nét mặt Thach Hùng trở nên xốn xang. Thạch Hùng trình bày:

- Tôi đến Chiago vào tháng 6 năm 75, cuối 75 tôi có job và đi làm ngay, không nhận wellfare mà! Tôi phụ sửa xe hơi. Ở trong nước tôi cũng biết chút ít nghề này vì cha tôi là thợ máy của hãng Renault ở Saigon. Ông chủ rất quí tôi. Tôi làm được 4 năm coi như khá tay nghề. Lương hậu hỉ. Tôi sống được. Tôi bắt đầu nghĩ đến vợ con tôi và gia đình tôi. Càng tìm hiểu tôi càng thấy mình thêm khốn đốn. Toàn những tin buồn, những tin khốn nạn cho đời mình! Không một tin vui. Nói đến đây mặt Thạch Hùng chan hòa nước mắt...

- Mùa Thu 79, Thạch Hùng tiếp tục nói, không hiểu tại sao tôi buồn. Cảnh sắc lãng mạn trữ tình của mùa Thu Chicago làm quay quắt lòng tôi chăng? Ôi là nhớ! Không rõ mình nhớ gì! Nhớ nước, nhớ nhà, nhớ vợ, nhớ con, nhớ cha mẹ, nhớ anh em, nhớ buổi sáng đầu làng, nhớ buổi chiều cuối bãi, tiếng chó sủa khuya, tiếng gà gáy sáng. Khuya hôm đó tôi ngồi bên cửa sổ, nhìn trăng Thu, không sao ngủ được. Tôi thấy Thục Oanh. Thục Oanh của tôi. Ôi nàng! Nàng tay bế con, tay lái xuồng. Con trai tôi. Ôi! Thục Oanh! Nàng cố chèo thuyền vượt sóng ra cửa sông ông Đốc! Thuyền bềnh bồng! Gió! Gió! Ôi là gió! Khốn nạn ông trời không thương vợ con tôi. Cuồng phong, hất tung, thuyền lật! Vợ tôi! Vợ tôi cố bế lấy con tôi đưa con tôi lên cao réo gọi tôi "Thạch Hùng!

Giữ lấy con! Giữ thật chặt đừng để tuột mất con! Em chết! Em chết đây! Tôi liền tung người nhảy xuống nước, cố cứu lấy vợ tôi, con tôi....

Sáng hôm sau thức dậy tôi nghe người đau đớn nhức mỏi, mở mắt ra thấy mình nằm trên giường bịnh trong bịnh viện, hai chân bó bột. Bác sĩ Kaplan đến thăm tôi. Ông hỏi tôi tại sao tôi nhảy lầu tự tử hồi nửa khuya đêm qua? Tôi sửng sờ, tôi không biết, không hay điều gì hết. Thế giới trở thành xa lạ. Và bắt đầu từ đó tôi nghe hằng ngày lời réo gọi của vợ tôi. Tiếng khóc của con tôi. Tôi hứa với em, anh giữ con. Anh sẽ nuôi con! Người chung quanh tôi nghe tôi nói họ không biết tôi nói gì...Họ sống trong một thế giới khác. Hoàn toàn khác. Sau khi xuất viện bác sĩ Kaplan gửi tôi đến gặp bác sĩ tâm thần Mark Heindermann. Tôi biết từ đó thế nào là tư vấn tâm thần, điều trị tập thể, group therapy. Bác sĩ Heindermann bảo tôi là nạn nhân của bịnh tâm-thần-phân-liệt, schizophrenia. Nhưng tôi nhất định cãi ông ta, và bảo ông ta sai. Tôi nhất quyết với ông ta tôi không phải là nạn nhân của schizophrenia. Tôi là nạn nhân của chiến tranh. Ông ta há miệng, hai tay ôm đầu, sửng sốt nhìn tôi. Ông ta nói thật nhỏ: "Probably, you are right!". Nói đến đây, Thạch Hùng dừng lại một chập để thở. Anh tiếp tục:

- Mùa Thu năm 1981! Lại cũng mùa Thu! Đêm hôm đó tôi đem về phòng một con "Poule! Blonde"!

- Anh muốn nói sao? Một con điếm tóc vàng?
- Vâng, một cô điếm tóc vàng, anh ngạc nhiên sao? Lúc đó coi vậy mà làm ra tiền dễ dàng hơn bây giờ. Người Mỹ ai cũng thương hại mình. Ai cũng muốn mướn mình làm cho họ. Mấy cô điếm lậu ở vùng Uptown này cũng tốt nữa. Họ lấy tiền rẻ hơn. Giá 'sale' mà! Họ biết mình là "refugee". Tất cả đều nghèo với nhau. Nhưng cô em này thật đặc biệt. Giọng nói em trầm bổng, da trong trắng như Thục Oanh. Vâng, em đẹp như Thục Oanh. Em đẹp và sang trọng như Thục Oanh của tôi. Đến khuya em đòi về. Tôi năn nỉ em ở lại với tôi. Em không chịu ở. Tôi quì xuống chân em, van xin em ở lại với tôi trọn đêm nay! Tôi sẽ trả tiền cho em gấp 10 lần. Tôi khóc. Hình như em cũng có niềm riêng tư chăng, tôi thấy cô em cũng buồn khi chấp nhận ngủ lại suốt đêm với tôi. Nhưng em đâu có biết càng thấy em buồn, tôi càng nhớ Thục Oanh. Tôi thương cô em quá chừng. Sáng hôm sau em đánh thức tôi dậy. Em từ giả tôi. Tôi cho tiền em nhiều như tôi hứa. Tôi nắm chặt tay em. Tôi hôn em tha thiết. Tôi trao cho em chìa khóa và giấy chủ quyền chiếc xe Park Avenue, tôi mới mua. Tôi bảo với em: "tôi xin biếu em chiếc xe này để làm kỷ niệm. Chúng ta đã một lần gặp nhau trên cõi trần này. Và tôi nói thêm: Em hãy dùng chiếc xe này để chở con đi học hàng ngày nghe em! Tôi thấy em kinh hải! Em nhìn tôi, há hốc miệng, em nói lớn:

- Oh! No! No! Và em có ý thoát chạy...

Tôi nắm chặt cánh tay em mặc cho em vùng vẫy. Tôi chụp cái dao trên bàn ăn, tôi dí vào ngực em. Tôi nói:

- Nếu em không nhận chiếc xe này, tôi sẽ giết em và sau đó tôi sẽ tự vận tôi chết...Tôi buông dao, tôi quì xuống ôm hai chân em tôi khóc...Tôi thấy mặt em tái xanh nhợt nhạt, giống như gương mặt của một người bị chìm tàu, chết đuối.

Em nói vào tai tôi:

- Ok! Ok! I'get it! Và em bước ra khỏi phòng...

Tôi sung sướng mình đã làm một nghĩa cử. Tôi hy vọng, biết đâu ai đó ở Việt Nam cũng làm một nghĩa cử như vậy cho Thục Oanh. Tôi ngủ lại lúc nào tôi không hay...với niềm vui sung sướng trong lòng.

Gần 1:00 giờ trưa, có tiếng ai đấm vào cửa phòng tôi. Tôi vừa mở cửa, hai người cảnh sát hùng hổ ụp vào phòng tôi. Đè tôi xuống còng tay tôi và họ bảo tôi là kẻ phạm tội, kẻ có ý giết người. Họ chở tôi đến cảnh sát cuộc, gần nhà. Hai người cảnh sát áp tải vào phòng giam. Sau đó một người cảnh sát cho tôi hay là tội can tội hăm dọa giết người. Ông bảo là cô bé tóc vàng thoát chạy ra khỏi phòng tôi, đã gọi cảnh sát và tường thuật mọi việc xảy ra lúc sáng sớm giữa tôi với cô gái tóc vàng. Nói xong ông ta đưa chìa khóa xe và giấy chủ quyền lại cho tôi. Ông gọi điện thoại đến hội Khmer Project và ông yêu cầu hội Khmer Project đến bảo lãnh tôi về, và chờ ngày ra tòa. Những người cảnh sát ở đây họ đều biết tôi, họ đã nhiều lần đưa tôi vào bịnh viện Chicago Read cấp cứu...

- Chuyện nghe đơn giản, nhưng tại sao anh phải ra hầu tòa đến ba lần? Trọng hỏi.

- Chuyên nghe đơn giản là vì ở cảnh sát cuộc ai cũng biết tôi. Nhưng việc truy tố phải tiến hành đúng thủ tục. Chính họ cũng nói như vậy với ông Sanari, chủ tịch của Khmer Project khi ông này đến đóng tiền "bail" cho tôi về! Sau biến cố đó, tôi bỏ Chicago, đi Boston, vì ở đó có nhiều bạn bè của tôi. Không bao lâu tôi lại xung đột với tụi nó, tôi bỏ đi Cali...Rồi tôi lại về Chicago! Mới biết Chicago, đất lành chim đậu...

Kể lại chuyện xưa, Thạch Hùng không hề tỏ vẻ một tí gì ân hận việc mình làm. Anh có vẻ trầm mặc, suy nghĩ mông lung. Ngừng một hồi lâu, Thạch Hùng nói:

- Nghĩ cho cùng cũng tại tôi. Khi một em bé xin tôi một miếng cam, tôi cho em một trái cam em ấy sẽ kinh ngạc. Đàng này tôi cho em một thúng cam, em chạy trốn là phải. Tôi nghe ông Xuân Diệu nói như vậy!

- Anh cũng đọc văn của Xuân Diệu?

- Có chứ! Tôi có đọc "Phấn Thông Vàng" của ông ta, Thục Oanh mua cho tôi nhiều sách lắm! Sau câu nói ấy, mặt Thạch Hùng trông buồn đau đáu! Anh thầm lặng đứng dậy, bắt tay Trọng ra về...

Khoảng hơn mươi ngày, sau khi bác sĩ Trọng gửi Thạch Hùng đến Chicago Read gặp bác sỹ Fournier lần vừa rồi, Thạch Hùng trở lại gặp bác sĩ Trọng. Theo lời ghi chú trên giấy xuất viện, bác sĩ Fournier cho hay tình trạng tâm thần của Thạch Hùng rất khả quan. Trọng cũng nhìn thấy Thạch Hùng đổi khác và tỉnh táo hơn nhiều. Thạch Hùng rất ngoan ngoãn hợp tác, biết lắng nghe anh nói. Thạch Hùng uống thuốc đều đặng, không bao giờ anh sai hẹn trong việc tư vấn. và chủ động tham dự nhóm điều trị tập thể. Khi thấy Thạch Hùng phục hồi tốt trí nhớ, Trọng gửi Thạch Hùng đến học hội họa tai trường Truman College, hay học vũ cổ truyền của Khmer tại Trung tâm Khmer Project. Thạch Hùng rất thích và rất tự hào về vũ cổ truyền Khmer!

Một buổi sáng Trọng đang loay hoay soạn các files của bịnh nhân để làm tổng kết hàng tháng, một bàn tay đặt trên vai anh. Anh quay lại, Thạch Hùng vui vẻ chào anh. Thạch Hùng hớn hở báo cho anh hay là còn hai ngày nữa anh ta "lên đường về thăm nước, thăm nhà"!

Trọng bảo:

- Hạnh phúc nhỉ!
- Nhất định rồi! Thạch Hùng sung sướng cười rạng rỡ

Trọng thấy mừng và thương Thạch Hùng chi lạ! Hôm đó là ngày 19 tháng 12 năm 1996, tính đến nay 12 năm qua, lúc nào Thạch Hùng cũng được anh tận tình chăm sóc, giúp đỡ, khi thì đề bạt Thạch Hùng làm hội viên danh dự của Trung Tâm bịnh Tâm thần, khi thì cho Thạch Hùng làm trưởng toán trong buổi điều trị tập thể...Trong những năm đầu với Trọng, từ năm 84 đến năm 89, tình trạng tâm thần của Thạch Hùng khi co khi giãn, khi trầm khi bổng, nhưng lúc nào anh cũng giữ đúng hẹn với Trọng. Có lẽ nhờ cái thiện cảm nồng hậu, empathy, mà Thạch Hùng tìm thấy ở Trọng đối với anh ta, như sau này Thạch Hùng có đôi lần thổ lộ, nhờ đó mà anh đã gắng bó và tin tưởng ở Trọng. Có lúc Thạch Hùng tự nguyện làm em nuôi của Trọng. Trọng cảm thấy hạnh phúc và kiêu hãnh về những thành quả của khả năng tư vấn tâm thần của mình. Anh đã phục hồi chức năng xã hội và tâm thần của biết bao nhiêu người, trả lại cho họ đời sống bình thường, lao động và sản xuất. Từ năm 89, Trọng thấy Thạch Hùng có thể tự mưu sinh được, và Trọng cũng nghĩ đã đến lúc trả Thạch Hùng lại đời sống bình thường hay ít ra cũng phải tập Thạch Hùng cho quen lại với cuộc sống. Cuối cùng Trọng tìm cho Thạch Hùng cái job partime, đứng rửa chén, dishwasher, tại một nhà hàng ở downtown-Chicago. Thạch Hùng được job này là nhờ bề ngoài anh trông tráng kiện, da ngăm đen, nói lưu lót tiếng Anh lẫn tiếng Pháp. Có lần Thạch Hùng khoe với anh:

- Không ngờ cái job dishwasher trông vậy mà khá ghê...Tôi được share tiền 'tip', với những bồi bàn. Tiền 'tip' thực khách ở Chicago Downtown họ cho thật hào sảng. Tiền 'tip' luôn luôn nhiều hơn tiền lương tôi làm. Partime job mà ngon lành như fulltime job.

Nhìn đồng hồ đã 12 giờ trưa, Trọng hỏi Thạch Hùng:

- Nào! Cậu đói bụng chưa? Đi ăn phở với tôi. Tôi đãi cậu một chầu, còn hai ngày nữa là cậu được về thăm nhà.

- Vậy thì ngon lành quá! Cho em ăn hai tô nghe!

Nói xong Thạch Hùng cười ngất. Hai người cùng bước xuống phố. Trên đường Broadway, Trọng nhắc lại:

- Chúng mình ăn phở Hoà nhé.

Thạch Hùng nhất định xin cho bằng được đi ăn mì Quảng ở Hạ Miên trên đường Sheridan. Ngồi vào bàn ăn, Thạch Hùng thao thao kể lại chuyện, mà anh nói đùa là "chuyện tình dang dở":

- Thục Oanh, lớn hơn em 2 tuổi. Nhất gái hơn 2 mà! Cô ấy sanh ở Hà Nội, khu phố Hai Bà Trưng, di cư vào Nam năm 54, lớn lên tại Hội An, vào Saigon học đại học Văn Khoa. Thục Oanh dạy em cách ăn mì Quảng vì cô ấy rất thích mì Quảng. Thục Oanh thường tự xưng mình là "gái xứ Quảng". Lạ anh nhỉ, người Thăng Long ấy, lại cho mình là "gái xứ Quảng". Nói đến đây Thạch Hùng cười sảng khoái.

Trọng rất ngạc nhiên, lần đầu tiên Thạch Hùng nói tiếng Việt trong giọng Bắc. Tuy nghe không được chuẩn lắm nhưng Trọng thấy hay hay, anh bảo:

- Lần này về, chúc em gặp lại người yêu!

- Mong rằng như thế. Biết đâu 'Em' còn sống! 'Em' đã tay bồng tay bế cháu nội cháu ngoại, không chừng. Nói xong, Thạch Hùng lại cười ngất. Trông anh ấy thật vui sướng.

Trọng nhìn Thạch Hùng ăn tô mì Quảng, ăn với tất cả đam mê. Thạch Hùng phân tích:

- Cái này là rau ghém. Lần đầu tiên ăn mì Quảng với Thục Oanh, em mới biết được món rau ghém. Cũng như bún bò Huế, ăn mì Quảng thường ăn với ớt cay. Ớt thật cay...

- Cô ấy có bao giờ đưa anh đi ăn các món Bắc không?

- Có chứ! Nhất là phở, bún riêu, bánh cuốn...các món ăn thuần túy Bắc trong Bùng binh Eden, Saigòn, trong hẻm trên đường Catinat. Nhất là trong những ngày gần cuối tháng Tư -75, người Bắc họ đến đó để ăn, cũng đồng thời để trao đổi tin tức cho nhau để họ chạy. Nói đến đây, Thạch Hùng trông có vẻ đăm chiêu.

Thấy vậy, Trọng bảo:

- Ăn khỏe lên nào, để mà chạy với họ chớ, kẹt ở lại khổ lắm đấy...

Trọng ngừng lại, anh có vẻ ngạc nhiên, hỏi Thạch Hùng:

- Ăn phải ớt cay? Sao hai mắt đỏ hoe?
- Không! Em đang suy nghĩ
- Lại suy nghĩ...
- Biết đâu...Thạch Hùng ngập ngừng, anh em mình gặp nhau hôm nay là lần cuối. Trên đường về thăm nước, nhiều bất trắc lắm. Làm sao ai biết trước được. Nhất là nghe nói Khmer Rouge vẫn còn đâu đó, trên đất nước Kampuchia. Cảnh cũ người xưa, đất nước quê hương, khi xa thì nhớ, nhưng khi về giáp mặt trong thực tế còn nhiều đắng cay lắm. Sau chiến tranh chưa phải là hòa bình. Còn nhiều âm mưu, gọng kềm quốc tế chia rẻ dân tộc ta. Em chưa thấy hòa bình sau chiến tranh. Sau chiến tranh còn nhiều ngộ nhận, nhầm lẫn, còn nhiều đấu tranh, hận thù phi lý lắm anh ạ.
- Anh lại nghĩ vẫn vơ rồi. Trời Phật thương anh. Anh an tâm hạnh phúc đang chờ anh nơi quê nhà, Neakluong, Sàigon, Hà nội, Hội an, Nam vang nữa! Nhớ ghé bùng binh Eden, ăn hộ tôi hai tô bún riêu nhé!

Vừa ăn xong tô mì Quảng, Thạch Hùng xin phép về, mặc dầu Trọng nài nỉ anh ăn thêm tô thứ hai như anh ấy muốn. Thạch Hùng đứng dậy, đưa hai bàn tay bắt tay Trọng. Anh đứng dậy ôm lấy Thạch Hùng và siết mạnh:

- Vui lên nào, chúc anh thượng lộ bình an. Nhớ nhé, viết thư cho tôi hằng ngày như viết nhật ký vậy...

Thạch Hùng cười:

- Em sẽ...

Nhìn theo Thạch Hùng bước ra khỏi quán ăn Hạ Miên, một niềm thương cảm dâng lên trong lòng và Trọng thấy mắt mình cay xè...

Trọng chú ý trong xấp thư vừa gửi đến anh, có một phong bì lớn, gửi đến từ San Francisco, người gửi là Thạch Hùng. Vỏn vẹn chỉ có thế. Không có địa chỉ! Bóc phong bì ra xem, anh thấy
một tập vở học trò, kẹp trên bìa là thư của Thạch Hùng gửi cho anh:

Anh Trọng kính mến.
Em đã trở về Mỹ sớm hơn dự định. Em đang vui vẻ với bạn bè tại Cali. Em sẽ về lại Chicago vào
khoảng đầu tháng Ba. Em xin gửi đến anh tập nhật ký của em từ ngày em về thăm nhà đến ngày hôm nay. Nếu có những ý tứ vụng về, không thích hợp với anh xin anh lượng thứ. Đọc xong xin Anh gửi bưu điện trả lại cho em theo địa chỉ của em tại Chicago. Cám ơn anh đã bỏ thì giờ quí báo đọc những dòng hồi kí của em.

Một bịnh nhân tâm thần của anh.
Kinh thư
T.H.
SF. Feb- 97

Tập vở học trò, là tập nhật ký của Thạch Hùng, chữ viết nắn nót cẩn thận, ý và lời chính xác chân thật, nhiều khi hàm súc và cảm động. Suốt tập nhật kí không hề có xóa hay nguệch-ngoạc. Chứng tỏ rằng đó là tập nhật ký chép lại từ một nhật ký khác, chọn lọc và ghi chép lại những suy nghĩ của Thạch Hùng trên đường về thăm nước có liên quan đến Trọng, như Thạch Hùng thường nói đùa "em sẽ viết riêng cho anh một tập nhật kí, để sau này trước khi em chết em sẽ gửi đến cho anh đọc"! Cầm tập nhật ký của Thạch Hùng trên tay, Trọng vừa nhớ đến câu nói đó của Thạch Hùng, khiến anh rùng mình. Thạch Hùng viết tràn ngập gần 40 trang giấy vở học trò. Đọc nhật ký của Thạch Hùng có lúc anh phải khựng lại thấy lòng mình bồi hồi, thương cảm...Có nhiều đoạn khi đọc anh cảm thấy lo âu và thương Thạch Hùng vô hạn...Trọng chép lại những đoạn sau đây để gìn giữ xem như phần tư liệu về Thạch Hùng.

**** Chicago, ngày 21-12-96: 9:00 sáng***

Xin từ giã Chicago, nơi đã bao dung tôi hơn 20 năm qua. Ôi Chicago, thành phố lạnh. Cái lạnh vô cùng thân thương của Chicago dễ mấy ai quên! Phen này ta đi xa thật xa Chicago. Giã biệt anh Trọng-Người cưu mang tôi xuyên suốt 13 năm...

**** San Francisco, ngày 21- 12- 96**:*

Bây giờ là 4 giờ chiều, giờ San Francisco, sau hơn 20 năm ở Mỹ, lần đầu tiên ta bỏ nước Mỹ ta đi thật xa. Ta nghe chừng như dễ lắm. Đâu có ngờ cũng có phút giây mủi lòng. Máy bay sau khi bay một vòng giã biệt Golden Gate và San Francisco Bay, hướng về phía tây bên kia bờ Thái Bình Dương, ta bổng thấy lòng mình rạt rào tình cảm, mong ngày sớm trở về nhìn lại đất nước Mỹ. Ta đâu có ngờ có ngày nào đó mình lại nhớ thương nước Mỹ nhiều đến như vậy. Chưa xa mà đã nhớ! Lạ quá anh Trọng nhỉ?

**** Đài Bắc, 23-12- 96-***

Đài Bắc đây rồi! Phố xá xinh đẹp khang trang, con người sang trọng, du khách được tiếp đón như ông vua, như bà hoàng. Tất cả chỉ là Business. Nhật bổn, Đại Hàn, Đài Loan, Singapore và Thái Lan đã làm giàu nhờ chiến tranh Đông dương, những năm 60 và 70. Sang thời hậu chiến họ tiếp tục làm giàu nhờ đầu tư vào các nước Đông dương với phương châm: "biến Đông Dương từ chiến trường thành thương trường". Nghe đau anh Trọng nhỉ! Chính một "con mụ" Đài Loan ngồi bên cạnh tôi trên máy bay, nói như vậy!

Đọc đến đoạn này Trọng rất thích thú trí nhớ của Thạch Hùng hoàn toàn phục hồi còn tốt hơn trí nhớ của anh nữa. Hơn thế nữa trí nhớ của Thạch Hùng rất cập nhật, rất update. Anh thích thú khi

Thạch Hùng gọi một phụ nữ Đài Loan: "con mụ", rất Quảng Nam, rất Thục Oanh của Thạch Hùng. Trọng rất kiêu hãnh đã giúp Thạch Hùng phục hồi lại hoàn toàn chức năng xã hội và tâm thần, đã phục hồi trí nhớ của Thạch Hùng. Anh đã trả lại cho Thạch Hùng những gì đã mất trong những năm trời Thạch Hùng mất trí nhớ. Anh kiêu hãnh làm sống lại ở Thạch Hùng quá khứ, quê hương và tình yêu. Anh thật hãnh diện khi đọc đoạn nhật ký ấy của Thạch Hùng...

**** Trên bầu trời Saigon 23-12-1996***

Các chiêu đải viên hàng không cho hay là máy bay đang tiến vào bầu trời Saigòn theo hướng Tây Nam. Nhìn xuống thấy toàn một màu xanh, rừng và đồng lúa, xanh một màu xanh dân tộc. Cô chiêu đải viên hàng không giọng lảnh lót: "các loan lỗ khoanh tròn mà quí vị nhìn thấy đó là hố bom ở vùng Củ chi, Tam Giác Sắt, thời gian chưa kịp xóa" Nghe đến đây lòng tôi se thắt lại. Tôi không muốn ai nhắc lại, tôi cũng không muốn tôi phải nhìn thấy lại dấu binh lửa, một thời tràn ngập trên quê hương tôi, cùng với lòng hận thù. Một thời phi lí. Anh Trọng, nếu anh có mặt trên chuyến bay này anh nghe anh cũng buồn...

**** Saigòn 25-12- 1996***

Giáng sinh Saigòn! Joyeux Noel! Đường phố vui nhộn. Người ngoại quốc ờ Saigòn và ở trên toàn cỏi Việt Nam lúc bấy giờ đông hơn, nhiều hơn trước 75, đủ mọi giống dân trên thế giới. Đường Catinat và Lầu 9 Caravelle và cả Saigòn Chợ lớn, tràn ngập khách chơi, nhảy đầm và ca nhạc quốc tế. Khách chơi đủ mọi cỡ: mật vụ, tình báo, chính trị, business, văn nghệ sĩ...gays, lesbians, bisexuals v.v...mặc dầu Đông Nam Á đang cơn khủng hoảng kinh tế...coup de crash. Tôi tìm kiếm Thục Oanh giữa Saigòn- Như đáy bể mò kim. Làm sao tôi gặp được. Tôi cầu mong giờ này nàng đang đi lễ với mẹ, với chồng con tại Nhà Thờ Cửa Bắc ở Hà Nội. Càng tìm Thục Oanh, anh Trọng ơi, tôi càng cảm thấy khó gặp được nàng, có chăng là ở cuối đường đời...

**** Neakluong- Ngày 8 tháng Jan 1997***

Vượt kinh Vĩnh Tế đi về Neakluong cả đất nước Kampuchia đồng không mông quạnh! Có chăng là những đám người buôn lậu qua lại vùng biên giới Việt Miên, hàng đoàn người và xe, người Việt, người Hoa và người Campuchia. Tôi tốn cả ngàn đô, cho các cán bộ xã, huyện, vẫn không tìm được mồ chôn hay hài cốt cha mẹ anh chị em. Tôi bị lường gạt đến độ thô bỉ, không còn tình người. Tôi không muốn đến Nam Vang hay đi thăm Battambang. Tôi cũng không muốn trở lại Saigòn. Tôi không muốn về Mỹ, một nơi không phải là quê hương tôi. Anh Trọng, phải có anh trong lúc này! Tôi không biết đi đâu về đâu bây giờ...

**** Saigòn 20-Jan-97***

Hết ngày dài rồi lại đêm thâu, tôi đang sống những ngày chui rúc với bọn Tây Balô, bọn thanh niên da trắng, bọn "con nhà giàu Âu và Mỹ bụi đời" ở đường Bùi Viện và Ngã Tư Quốc Tế. Phòng ngủ không có máy lạnh, 10 đô một ngày. Tự do dẫn gái điếm vào. Có đứa sang không mướn phòng ngủ, ngủ dưới mái hiên, dưới gầm cầu. Gái điếm vây kín tụi này. Nhà nước Viêt Nam gọi gái điếm là "những người lao động sex -Sex Workers"-! Nghe thật là Cách mạng anh Trọng nhỉ! Có nhiều sex workers trẻ quá, trẻ đến độ thương hại. Tôi kết thân với bọn Tây Balô bằng tiếng Pháp tiếng Mỹ, thoải mái, cũng như ăn tục nói phét...Có nhiều lúc tôi cũng đâm ra ham muốn các em sex workers này. Nhưng không hiểu tại sao lúc đó tôi lại nghĩ đến Thục Oanh. Tôi hổ thẹn. Tại sao vậy anh Trọng? Ở Chicago tôi chơi cả trăm con đĩ lậu có đôi lần tôi cũng nghĩ đến Thục Oanh mà tôi có bao giờ hổ thẹn đến độ xót xa như vậy đâu!...Có con bé xâm tên mình trên tay: 'Trôi&Giạt', tóc hớt ngắn kiểu con trai, đến ngồi bên cạnh tôi, nó thì thầm hát: "...Này cô em Bắc Kỳ nho nhỏ...Tóc demi garcon...". Nó làm tôi nhớ Thục Oanh vô hạn. Tôi lên cơn điên. Tôi thét vào mặt nó. Tôi đuổi nó đi chỗ khác. Nó kinh ngạc. Nó lẩm bẩm nhìn tôi "làm dzì dzữ dzậy?". Anh Trọng, tôi chưa bao giờ là kẻ khốn nạn đến như vậy!

***Tân Định Feb 13-1997**

Tôi vừa trở lại Saigòn từ Hội An. Thật sự tôi cũng không hiểu tôi đến lại Hội An để làm gì? Thật là mơ mộng hão huyền nếu tôi nghĩ rằng tôi trở lại Hội an để tìm Thục Oanh trong lúc này, chẳng khác nào tôi tìm lại dấu chân chim đi trên cát 22 năm về trước. Nhưng sự thật tôi trở lại Hội an là vì vậy đó. Tôi yêu Thục Oanh, tôi nhớ Thục Oanh đến độ khùng điên như vậy đó. Anh có tin nổi không? Anh Trọng, có phải chăng tình yêu của tôi với Thục Oanh là cả một định mệnh? Nhưng dù sao chúng tôi đã yêu nhau thực lòng, yêu cuồng nhiệt, yêu nhau như hổ đói gặp mồi. Xin hãy cám ơn định mệnh. Xin mỉm cười trước định mệnh dù cho định mệnh quá phũ phàng với tình yêu, với kiếp nhân sinh.

***Đalạt 20-Feb-97**

Tôi đã thề là không trở lại Đalạt. Làm sao tôi có thể sống được khi tôi trở lại nơi này, nhìn lại Trường Võ Bị Quốc Gia Đalạt, thiên đường của những chàng trai yêu nước. Ấy thế mà tôi đang ngồi trong "Quán Cơm Niêu" tại Đalạt đây! Tôi đang ăn món "Da Heo Rừng Xào Măng" và uống chai la de "33", nghe sao đắng chát. Cách đây 3 hôm, tại Saigòn, tôi gặp một người đàn bà gọi đúng tên tôi bằng tiếng Khmer, bà Khampha. Bà là vợ của người bạn đồng khóa Võ bị với tôi. Bà cho tôi hay là bà cũng là Việt kiều như tôi. Bà tìm tôi hơn mười năm nay. Năm 1984 gia đình bà, Thục Oanh và đứa con trai tôi cùng vượt biên trên một tàu. Tất cả bị hải tặc Thái lan giết sạch. Bà sống được là vì bà biết tiếng Thái. Hải tặc Thái cho bà cái phao, nó thả bà gần bờ Songkhla, sau khi tụi nó thay phiên hiếp dâm bà. Bà đến Mỹ 1986, sau gần 2 năm ở trại Lâmsin, TháiLan. Nói đến đây bà khóc. Gặp được tôi bà rất mừng vì bà đã trút được gánh nặng mà bà chịu đựng hơn 10 năm qua...

Tôi trở lại Dalạt là vì thế. Vì tôi quyết tâm tìm lại kỷ niệm của chúng tôi, để vớt vát phần nào trước khi về Mỹ! Tôi nhầm. Hơn 20 năm rồi, tất cả đều xóa sạch...Bây giờ là tháng Giêng, Đàlạt sương mù. Tôi nhìn ra hồ Than Thở, qua lớp sương mù, tôi thấy Thục Oanh, nàng vẫn đứng chờ đợi tôi nơi này hơn 20 năm ...Tôi vụt đứng dậy. Tôi vẫy gọi Thục Oanh ...Tôi đụng phải nồi cơm niêu và chai lade ngã lăn...Tất cả thực khách đều nhìn về tôi. Tôi bước ra khỏi quán, phố Đà lạt đầy sương mù tháng giêng....

**** Một đoạn không ngày tháng***

Thôi hết rồi! Giờ này đối với đất nước quê hương, tôi là một kẻ xa lạ, một ngoại kiều! Tổ quốc từ bỏ tôi. Tôi mất tất cả. Cha mẹ, gia đình, người yêu và con của tôi... đều bị giết. Tất cả đều từ bỏ tôi. Với ý nghĩ này tôi thật xốn xang gần như tuyệt vọng. Tại sao tôi phải trở về tìm lại quê hương? Tìm lại Thục Oanh? Tại sao? Anh Trọng? Anh ác độc với tôi quá! Tại sao anh không để tôi sống trong mê mụ, trong thác loạn tâm thần, trong khoảng chân không, trong vô thức, trong amnesia cho đến khi tôi chết có đỡ khổ hơn không! Anh có biết tôi đau khổ biết là dường nào khi tôi nhớ lại thân phận của tôi, tôi nhớ lại Thục Oanh, tôi nhớ lại gia đình, tôi nhớ lại quá khứ, quá khứ của quê hương, quá khứ của chiến tranh bom đạn, của nghèo đói lạc hậu, của hận thù phi lý....

Đoạn nhật kí trên khuấy động tư tưởng Trọng mãnh liệt đến độ anh cảm thấy đau đớn. Anh có cảm tưởng mình vừa thức tỉnh sau cơn mê mụ. Anh rất mong sớm gặp lại Thạch Hùng...

Chicago, một buổi sáng cuối tháng 3-1997, Trọng úp vội điện thoại, anh phải đến ngay bịnh viện. Anh vừa nhận được điện thoại báo cho anh biết Thạch Hùng đang ở trong phòng cấp cứu hồi sinh muốn gặp anh. Anh vô cùng băn khoăn. Thạch Hùng trở về Chicago bao giờ? Tại sao Thạch Hùng không đến gặp anh? Tại sao Thạch Hùng lại nằm trong phòng cấp cứu hồi sinh?

Bà điều dưỡng đưa Trọng đến giường Thạch Hùng, bà ấy nói:
- Ông ta dường như hôn mê lại. Sáng nay, ông ta tỉnh lại, nhắc tên ông, và hình như ông ấy nói muốn gặp ông. Ông ấy chỉ ú-ớ không rõ ràng. Tôi biết được tên ông chính xác là nhờ ông ấy có giấy tùy thân, trên đó có tên ông và số điện thoại để gọi khi cần. Ông ta nhập viện tối hôm trước. Ông ta nhảy lầu tự tử, chấn thương sọ não và hôn mê khi nhập viện lúc 3 giờ sáng. Không có thân nhân, tuy thế bác

sĩ vẫn tiến hành phẫu thuật cấp cứu. Sau hơn 24 giờ, ông ta có dấu hiệu hồi phục, ông ta biết cử động ngón tay, cử động hạ chi. Ông là người đầu tiên cũng là người duy nhất ông ta cố gắng nhắc đến tên khi ông ta hồi phục tốt hơn một tí. Bây giờ hình như ông ta hôn mê lại. Triệu chứng xấu quá. Ông ráng ngồi lại với ông ta một lúc. Ông ta không còn ai ngoài ông. Nói xong bà điều dưỡng bước ra ngoài...

Trọng cúi xuống gần tai Thạch Hùng, anh gọi tên Thạch Hùng rất khẽ. Anh để bàn tay nhẹ trên ngực Thạch Hùng. Anh nghe Thạch Hùng cố ưỡn người lên dưới bàn tay của anh. Hơi thở Thạch Hùng yếu dần... Anh nắm lấy tay Thạch Hùng. Anh ngồi xuống bên cạnh giường bệnh. Anh lịm đi...Bà điều dưỡng đến lay anh đứng dậy. Anh ngẩng đầu nhìn điện tâm ký của Thạch Hùng chỉ còn một đường dài gần như phẳng lì. Bà điều dưỡng nhún vai, nhìn anh...bà lặng lẽ kéo tấm drap trắng phủ từ chân lên đầu và mặt của Thạch Hùng...

Trọng ra khỏi bịnh viện lúc 11 giờ trưa. Anh cố đi xa khỏi bịnh viện càng nhanh càng tốt và anh cũng không biết là mình đi đâu về đâu. Bây giờ là cuối tháng Ba, Chicago! Tuyết và lạnh! Anh cảm thấy cô đơn lạc lỏng. Anh đau khổ tột cùng. Anh không hiểu rõ chính mình. Anh tự hỏi anh đã làm gì cho Thạch Hùng? Anh có trách nhiệm với cái chết của Thạch Hùng? Anh đau đớn và bối rối. Anh bước vào xe train như bước vào cõi vô thức. Anh đi đâu đây bây giờ. Anh không đủ can đảm trở lại văn phòng. Tất cả mọi việc đều trở nên vô nghĩa với anh trong lúc này. Chuyến xe train mang anh vào downtown, trung tâm Chicago. Ra khỏi xe train, anh vượt đèn đỏ, suýt bị tai nạn. Anh lầm lũi đi mặc thiên hạ nhìn anh, còi xe vang lên, và bóng anh khuất dần trong dòng người trên đường phố Chicago.../.

CÒN ĐÂU NGÀY THÁNG CŨ

Anh Nhất

Mau quá anh nhỉ. Mới đó đã hai mươi chín năm. Không ngờ đi ăn cưới người cháu vợ ở Cali, gặp lại anh ở phố Bolsa. Sau gần ba mươi năm. Nhớ ngày nào bốn anh em: Ngọc, Nhất, Tâm, Thể, coi như tứ trụ vây quanh người anh đầu đàn, anh Lê Văn. Ngày 30/4/75 anh ấy quyết tâm ở lại. Anh Lê Văn chịu đựng quá nhiều, chuyên chính vô sản tước đoạt anh thảm thiết. Biết bao mất mát. Năm 98 tôi về thăm nhà và ghé thăm anh ấy, sau bao nhiêu năm trăn trở, đầu anh Lê Văn bạc trắng. Lúc đó anh đúng 71 tuổi. Nụ cười vẫn trên môi. Anh cho tôi hay cách đó hơn một năm anh vừa thoát qua cơn máu nhồi cơ tim. Anh vẫn nhắc đến tụi mình và vẫn còn lo lắng cho chúng ta như thuở nào:

- Ngọc và Tâm ở Pháp, còn 'toi' và Nhất ở Mỹ, sống cách nhau xa quá liệu có liên lạc với nhau chặt chẽ thường xuyên không? Đời sống anh em mỗi ngày một khá hơn chứ?

Anh Nhất, anh biết không? Tôi đành nói dối:

- Thời đại bây giờ mà anh, có cách nhau những hành tinh đi nữa chỉ cần nhấc điện thoại là nghe được tiếng nói của nhau, hay lên mạng điện thư cho nhau là biết nhau ra sao rồi...

Thật ra, như anh đã biết, cuộc sống tị nạn có nhiều ràng buộc, nhầm lẫn. Kẻ đến trước, người tới sau, gặp nhau cũng khó khăn. Đôi khi gặp nhau lại không nhìn ra nhau.

Nhưng khi nghe tôi nói thế, anh ấy rất mừng rồi anh tự cho mình:

- À! *'Moi'*quên đi! Thời đại tin học, thời đại computer. *'toi'* thấy chưa? *'Moi'* lạc hậu quá rồi"! Nói xong anh cười phá lên. Tiếng cười thật là hào sảng. Anh thật thà kiêu hãnh có những đứa em như chúng ta. Ấy thế mà 8 tháng sau, anh lại qua đời vì tai biến mạch máu não. Nhớ ơn anh ở lại với tổ quốc, và gần 20 năm làm giám đốc bịnh viện, tất cả dân chúng của thị xã tiễn đưa anh đến nơi an nghĩ cuối cùng.

Nhắc lại chuyện xưa, đôi khi khiến chúng ta ngậm ngùi. Tôi mường tượng lại những lúc riêng tư anh Văn thường nhắc nhở:

- *'Moi'* trông cậy vào bác sĩ Ngọc coi giùm Y tế của Vùng, dược sĩ Nhất coi về thuốc men và tiếp liệu của Vùng, bác sĩ Tâm thì giao hẳn cho anh ấy lo Y tế Tỉnh, còn *'toi'*, tức là tôi, thì lo chăm sóc Trường Cán Sự Điều Dưỡng. Trường còn non trẻ như đứa trẻ 2 tuổi mới biết đi lững chững. Còn *'moi'*, tức là anh ấy, rán trụ trì làm giám đốc bịnh viện thêm vài năm nữa cho tròn tình nghĩa. *'Moi'* già rối. Mỏi gối chùn chân rồi. Chắc một vài năm tới cũng phải rủ áo từ quan. Cũng các anh em thôi, không ai đâu. Các anh em sẽ tiếp tục thế *'moi'*. Điều này *'moi'* đã làm việc với anh Trần Minh ở Bộ.

Những gì chúng ta làm với anh Văn trước 75, nói là chuyện gì ghê gớm lắm, to tát lắm quả nhiên là không phải. Chuyện của một nhóm người, của một vài người cùng chung lý tưởng như chúng ta, đã cố gắng thực hiện lý tưởng của mình trong mịt mù của bom đạn thuở đó đều bé nhỏ cả so với cả nước. Chúng ta lớn lên trong chiến tranh, trực tiếp tham dự vào cuộc chiến. Mỗi thời đại có mẫu người riêng của nó. Trong chiến tranh con người là nạn nhân và cũng là chứng nhân của cái chết thê lương, trong chiến hào, ngoài mặt trận, trong tù ngục, hay giữa thành phố, dưới gầm cầu. Con người trong chiến tranh có cả tình yêu lẫn hận thù, sự sống và cái chết. Ấy thế mà chúng ta vẫn hiên ngang sống, nhiệt tình chung quanh anh Văn. Tôi, khi thì về trường Y Saigon tìm gặp giáo sư Lichtenberger hay bác sĩ Nguyễn Thị Minh Châu xin từng mẩu mô, mẩu tế bào li ti về để dạy sinh thiết và cơ thể bịnh lý ở trường; khi thì tìm gặp các anh Nghiêm, Anh Đặng, Anh Trần, Anh Nguyễn...xin các anh ấy cho các các em học sinh, cho nhà trường mươi mười lăm giờ mỗi niên khóa về ngoại khoa, nội khoa, phụ khoa, sinh lý, bịnh lý, hoá học v.v...Còn anh, lúc ấy với chiếc Ford Bronco của Vùng, như con thoi anh lên xuống Sài gòn tất bật, đến từng viện bào chế xin từng viên thuốc để đắp vào cái lỗ trống khổng lồ gây ra bởi chiến tranh. Lúc ấy đường lên xuống Saigon, ụ, mô, mìn nổ và người chết. Bây giờ ngồi hâm nóng kí ức của mình trong thời điểm ấy, những việc làm đó đối với chúng ta, không hẳn là niềm tự hào, nhưng cũng không phải là những gì dễ xoá mờ qua năm tháng.

Những gì phải đến đã đến. Ngày 30/4/75, như chúng ta ước đoán, nó đến không đột ngột lắm. Anh Văn quyết tâm ở lại. Còn tôi thì không có có khả năng tài chánh để ra đi. Các anh biết rõ điều này. Chính trước mặt chúng ta trước 30/4/75 anh Văn cũng khuyên anh em còn trẻ nên đi đi. Còn anh Văn, anh ấy bảo anh già rồi, đã trót nhận nhiều hàm ân của tổ quốc, anh không thể nào bỏ chạy để lại sau lưng hàng ngàn bệnh nhân đau yếu nghèo khó, một bịnh viện rách nát mà anh làm giám đốc gần 20 năm. Anh cũng không thể nào bỏ chạy để lại một khối nhân viên họ đã gắn bó với anh trong nhiều năm khói lửa. Anh Lê Văn đã chuốc lấy tinh thần trách nhiệm cao anh đã trả một giá quá cao khi anh phải đối diện với sự thật. Chuyên Chinh Vô Sản đã tước đoạt tài sản của anh không một thương xót.

Chúng tôi những người ở lại sau ngày 30/4/75 nhận những tai họa ngay trước mắt. Cộng sản trở tay quá sớm. Họ coi tất cả những người bên này vĩ tuyến 17 là kẻ thù cần phải triệt hạ hay cải tạo. Họ làm hoàn toàn trái ngược những gì họ nói trước khi họ chiếm trọn miền Nam. Ngay trong 24 giờ đầu, tất cả anh em bác sĩ ở lại đều được lệnh tập trung đi tù cải tạo. Chỉ có bác sĩ Lương Khai, Nguyễn Quốc và tôi không bị gọi tập trung đi tù cải tạo, vì chúng tôi thuộc thành phần trẻ, không có trong quân ngũ, không dính dáng đến chính trị. Nhưng bác sĩ Lương Khai và Nguyễn Quốc thuộc sản phụ khoa. Như vậy khoa ngoại có hơn 10 bác sĩ phẩu thuật, bây giờ chỉ còn có mình tôi. Đầu ngành khoa ngoại của bịnh viện Thủ Khoa Nghĩa sau 30/4/75 là một bác sĩ cách mạng Nguyễn văn Ngô thường gọi là Út Ngô. Út Ngô là bác sĩ của 'R', gốc người Vũng Liêm, tỉnh Vĩnh Long, nguyên là lính của 'Tiểu đoàn 307', tập kết ra Bắc năm 1954, tốt nghiệp y khoa Hà Nội, hệ chính qui, chuyên về sọ não. Đó là những gì Út Ngô tự giới thiệu trong buổi giao ban đầu tiên của khoa ngoại trong ngày tiếp quản. Trong buổi giao ban này anh cũng 'tố' cha anh là một tên đại điền chủ khoa cử, có nhiều vợ. Anh ta là con của bà 'vợ thứ'. Mẹ anh là chị ruột của một bác sĩ tiết niệu. Vì hổ thẹn với thành phần giai cấp gia đình, anh tự giác ngộ, đi theo cách mạng lúc 16 tuổi. Lúc đầu chưa có kinh nghiệm với họ, tôi cứ tưởng anh ấy là tên cộng sản nghiệt ngã, ác ôn sớm đầu tối đánh, phản lại cha mẹ giòng họ và gia đình. Nhưng tôi lầm. Sau này tôi mới hiểu, sở dĩ Út Ngô nói nhiều như vậy không ngoài mục đích anh cho chúng ta thầy anh cũng thoát thai từ 'gêne' khá tốt: trí thức tư sản.

Đến ngày mùng 5 tháng 5, năm ngày sau ngày tiếp quản, Ủy Ban Quân Quản quyết định chuyển qua bịnh viện dân y Thủ Khoa Nghĩa tất cả gần 3 trăm thương bịnh binh quân đội Việt Nam Cộng Hòa đang điều trị bên quân y viện Phan Thanh Giản. Thế là khoa ngoại phải nhận tất cả thương bịnh binh của ta, quân đội Việt Nam Cộng Hòa. Nhưng khoa ngoại chúng tôi đâu có đủ bịnh phòng tiếp nhận anh em. Bác sĩ chỉ có một mình tôi. Phần lớn bác sĩ Út Ngô coi về chính trị, tôi coi về chuyên môn. Tôi đến gặp bác sĩ cách mạng, bệnh viện trưởng xin gửi nhờ bên nội 100 giường. Ông ta nhìn tôi, không nói một lời, đưa tôi xuống bịnh phòng khoa nội đầy ắp bịnh nhân. Có giường nằm tới hai người. Ông ta la lớn: "Thật là phản lâm sàng, thật là vô nhân đạo. Biết thế nhưng phải cắn răng chịu đựng". Tôi lộn về khoa ngoại xin tăng cường nhân viên, căng thêm lều, dựng thêm trại. Tôi đốc thúc nhân viên dọn dẹp lại trại xương, trại 19, trại 14, trại 21 tạo ra nhiều phòng hơn cho các anh em. Chúng tôi chỉ có 24 giờ để sửa soạn tiếp nhận thương bịnh binh của ta.

Anh Nhất, anh có biết gần 300 bịnh binh của ta di chuyển qua tôi như thế nào không? Chỉ có mươi mười lăm người chuyển qua tôi bằng vài chuyến ambulances, vì họ suy kiệt nặng quá. Như anh biết Viện Dân Y và Viện Quân Y có chung một bức tường. Nơi bức tường ấy có một cửa thông qua hai bịnh viện. Thường thì cửa này khóa chặt, Viện Quân y giữ chìa khóa. Biết thế các thương bịnh binh ta yêu cầu cách mạng mở cửa và anh em tự di chuyển qua tôi. Nhiều người cứ từng cặp dìu nhau đi qua cửa ải. Họ đùm túm dắt díu nhau qua gặp tôi. Có anh em mừng, có người gần như muốn khóc khi tôi đến nâng dìu họ lên giường bịnh. Có anh mừng quá la lớn: "Gặp được phe ta rồi! Mấy ngày rồi thiếu thuốc men bác sĩ ơi! Cơm nước toàn do vợ nuôi. Nếu không có gia đình ở đây thì ăn cơm 'chỉa' với anh em".

Ủy Ban Quân Quản và Thành Đội Thành Phố ra lịnh chúng tôi không được giữ anh em thương bịnh binh của ta trong viện quá 10 ngày. Tôi thầm kín huy động tất cả nguồn nhân lực và thuốc men còn lại của ta đổ dồn hết vào việc điều trị cho anh em. Cũng may vào thời điểm đó cũng còn quá sớm cách mạng chưa kịp để mắt đến, kiểm kê hay kế hoạch phân phối kho thuốc của Vùng mà anh để lại. Trong thời gian này tôi có dịp đi qua thăm Quân y viện của bộ đội cách mạng. Tôi cũng đi ngang qua cái cửa ải đó để ký giấy tờ thâu nhận các anh em thương bịnh binh ta. Tôi mục kích cả một sự đau lòng: quân đội cách mạng thiếu hụt thuốc men, băng bó và lều trại bê bối. Sau cuộc chiến chúng ta mới có đủ thì giờ và cơ hội nhìn thấy vết thương đang chảy máu của nhau. Trong chiến tranh không có kẻ chiến thắng, chỉ có nạn nhân chiến tranh.

Chiến tranh gây ra nghèo đói, đổ nát, lạc hậu, ngộ nhận, hận thù phi lý. Niềm kiêu hãnh lớn của anh em chúng ta và cả nước hôm nay là chúng ta cố gắng đoàn kết với nhau, đứng lên từ đổ nát của chiến tranh, bảo vệ hòa bình, phục hồi kinh tế, củng cố độc lập thống nhất toàn vẹn lãnh thổ, xây dựng lại lòng tin yêu nhau, xóa bỏ những nhầm lẫn gây ra do cuộc chiến quá dài. Nhưng đó không phải là chuyện dễ làm. Có nhiều âm mưu, gọng kềm quốc tế, ngăn cách và bủa vây dân tộc ta trong thời hậu chiến.

Dưới mắt của *đảng ủy* của bịnh viện lúc ấy, tôi là bác sĩ ngụy và cũng là bác sĩ phẫu thuật duy nhất còn sót lại. Nghĩa là tôi là kẻ chậm chân không chạy kịp. Bịnh phòng đầy ấp bịnh nhân, bịnh cấp cứu nhiều quá. Bịnh cấp cứu phần nhiều là tai nạn lao động nhất là nông dân. Sau 30/4/75 hòa bình trở lại vĩnh viễn trên đất nước. Ai cũng chăm lo vun xới lại ruộng vườn, cày sâu cuốc bẩm tăng gia sản xuất. Nói nghe văn chương vậy chứ thật sự lúc đó ai cũng đói. Họ đâu có biết dưới lớp đất chôn sâu dưới chân họ là bãi mìn đủ loại, đủ cỡ, mang nhiều danh tánh khác nhau. Một mặt trận mới vừa bung ra sau ngày thống nhất đất nước, mặt trận lao động sản xuất. Đó là cuộc chiến bi thương của thời hậu chiến. Cuộc chiến giữa nông dân đối đầu với những cốt mìn tự động, âm mưu thâm độc của kẻ xâm lăng. Từ đồng bằng miền Trung đến đồng bằng Sông Hậu và khắp cả núi rừng Trường Sơn đều là những bãi mìn. Rất tiếc các anh không ở lại cùng chúng tôi, để cùng nhau san sẻ những năm tháng bi tráng ấy của cả nước trong thời hậu chiến.

Út Ngô hiểu biết về chuyên môn quá yếu trong hơn 2 năm đầu tiếp quản, nên công tác phẫu thuật của anh bị giới hạn. Theo nguyên tắc tôi là bác sĩ Ngụy không được mổ 'cán cao', nhưng cấp cứu tôi cũng phải mổ. Út Ngô đứng bên cạnh tôi phụ tôi đồng thời để học hỏi, bác sĩ Y vụ đứng sau lưng tôi theo dõi. Bác sĩ Y vụ lúc ấy là Hoàng Quang Ánh đâu biết gì về chuyên môn, ông ta gốc người Nghệ An, bác sĩ bổ túc, bác-sĩ-đi-chân-đất. Họ thủ thế với mình kỹ quá. Không tin mình về chính trị, nhưng họ phải sử dụng mình trong chuyên môn. Làm việc gì mình cũng phải ngó trước ngó sau, phải hỏi ý kiến thủ trưởng. Thủ trưởng của tôi lại là Út Ngô. Mình cũng khổ mà Cách mạng cũng khổ. Cộng sản thường rêu rao: "trước mặt thầy thuốc tất cả mọi người đều bình đẳng...". Không đâu anh. Cộng sản là chế độ có nhiều giai cấp. Cán bộ thì có: Sơ, Trung, Cao. Ăn uống thì cũng có: Tiểu táo, Trung táo, Đại táo...Khi nằm viện thì chế độ bịnh phòng cũng khác. Trong cuộc sống hằng ngày cũng vậy, chế độ sinh hoạt rất khác nhau: kẻ thì hưởng thụ theo khả năng (khả năng làm việc, chứ không phải khả năng hưởng thụ), người thì hưởng thụ theo nhu cầu (anh cần gì thì có cái đó cho anh). Ngày xưa ở những năm 50 ở thế hệ của chúng ta các anh em đọc "Les Nouvelles Classes" của Djlas. Lúc đó anh em chúng ta có người còn ngờ ngợ. Sau năm 75 giáp mặt với thực tế, nghĩ mà thương Djlas bị Tito vùi dập...

Bác sĩ Nguyễn Văn Ty, đầu ngành ngoại tim mạch của bịnh viện Việt Đức tại Hà Nội, nguyên Trung tá bác sĩ tham chiến chiến trường Điện Biên, tháng 10 năm 1976 ông đi tham quan các bịnh viện ở các tỉnh phía Nam. Không hiểu vô tình hay cố ý, vừa ghé thăm ban lãnh đạo bịnh viện, bác sỹ Nguyễn Văn Ty liền xuống thăm phòng phẫu thuật. Bác sĩ Ty, gặp tôi trước cửa phòng Cấp Cứu Hồi Sinh của khoa ngoại, anh gọi tên tôi trong giọng thân mật như đã quen thân nhau lâu lắm:

- Anh Thể đó hả, tôi đến gặp anh đây. Anh vẫn bình thường chứ? Tôi là bác sĩ Ty, bác sĩ đầu ngành ngoại tim mạch ở bịnh viện Việt Đức, Hà nội. Gớm! Cái anh này trẻ thật. Trẻ quá đi thôi. Quí hóa quá...

Thú thật tôi hòan toàn bị động trước lời lẽ chân thật và đầy thương yêu của anh ấy. Còn anh ấy đang có ý nhìn chung quanh. Tôi nghĩ là anh đang quan sát phòng cấp cứu của tôi. Tôi ấp úng nói:

- Thưa anh...

Tôi chưa kịp nói tiếp, anh liền phác tay:

- Phòng cấp cứu hồi sinh tổ chức khéo quá, bề thế mà không kềnh càng, trang bị tối tân.

Sau khi trao đổi với tôi một vài ý kiến về chuyên môn trong phòng hồi sinh, anh nắm lấy cánh tay tôi, chúng tôi cùng ra ngoài. Anh nói:

- Ở đây mát quá anh nhỉ, nhờ sông Bassac rộng. Anh ráng làm việc. Người ta sẽ tin mình. Năm năm người ta không tin mình thì mười năm - mười năm người ta không tin mình thì hai mươi năm, ba mươi năm người cũng phải tin mình. Như tôi bây giờ vậy, anh thấy chưa? Nói xong trán anh đượm mồ hôi, anh xoắn tay áo lên tận khuỷu. Tôi thoáng thấy một khỏang tím bầm như xuất huyết dưới da nơi khuỷu tay anh. Tôi nắm khuỷu tay anh tôi hỏi:

- Sao vậy anh?

Anh cười. Anh phủ tay áo lại. Anh nói:

- Cách đây năm hôm, trước khi đi thăm quan các bịnh viện thuộc các tỉnh phía Nam, tôi bán nửa lít máu để lấy tiền bồi dưỡng cho cậu con trai tôi luyện thi vào trường y Hà Nội.

Nghe nói thế, tôi há hốc nhìn anh. Anh lại phác tay:

- Có gì đâu, rồi anh sẽ cũng như tôi.

Anh trông có vẻ vội vã. Hình như anh đang phát hiện một điều gì. Anh nói:

- A! Tôi đi thôi. Mai sẽ gặp lại anh để thăm khoa phòng khoa ngoại.

Anh bắt tay tôi. Anh đi nhanh. Anh nói ngoái lại:

- Anh còn trẻ chán. Không có gì là muộn đối với anh cả.

Tôi quay lai, vào phòng cấp cứu hồi sinh, tôi thoáng bắt gặp ánh mắt của bác sĩ Nguyễn Văn Xuyền ẩn sau tấm cửa 'porte battante' anh vừa theo dõi câu chuyện chúng tôi. Bác sĩ Xuyền vào khoảng 30, 35 tuổi, bác sĩ bổ túc, chuyên về nội khoa, người Bắc, cán bộ chi viện cho miền Nam Việt Nam từ Hà Nội, anh là lãnh đạo tổ chức thanh niên của bịnh viện.

Suốt ngày hôm đó tôi suy nghĩ mãi về bác sĩ Ty. Anh là ai? Cộng sản khó lường quá. Không ai giới thiệu anh cho tôi cả. Ban lãnh đạo bịnh viện không hề nói tôi được phép tiếp xúc với anh. Theo điều lệ đảng ủy và ban lãnh đạo bịnh viện dành riêng cho tôi: khi những người ngoại quốc như nhân viên của tổ chức Liên Hiệp Quốc hay nhân viên phái đoàn ngoại quốc như phái đoàn Quakers của Mỹ chẳng hạn, và có điều lạ hơn nữa ngay cả với các bác sĩ hay giáo sư Trường Y Hà Nội, hay các bác sĩ đầu ngành của bịnh viện thuộc các tỉnh phía Bắc (ngoài Bắc), muốn tiếp xúc với tôi, hay tôi muốn tiếp xúc với họ, phải được sự đồng ý hay giới thiệu của ban lãnh đạo bịnh viện hay của đảng ủy. Tiếp xúc với họ tôi chỉ trao đổi bằng tiếng Việt, nếu với người nước ngoài thì luôn luôn có thông dịch viên do cách mạng cung cấp. Tuyệt đối không được nói chuyện với bác sĩ ngoài Bắc bằng tiếng Pháp. Để tiện việc, nhiều khi có người ngoại quốc hay người lạ đến, tôi được yêu cầu ở nhà. Vào những lúc ấy, nếu có cấp cứu, hay phẫu thuật gặp khó khăn, cách mạng cho xe ambulance đến nhà rước. Vào bịnh viện tôi đi thẳng vào phòng phẫu thuật, xử trí phẫu thuật, ổn định tình trạng bịnh nhân, sau đó có xe ambulance đưa tôi thẳng về nhà.

Có điều lạ, khi đi thăm khoa phòng với bác sĩ giám đốc hay với Út Ngô, bác sỹ Ty tỏ ra mình có quyền uy. Ông ta khuyên họ làm điều này, chỉ cho họ làm điều nọ. Các anh đều tuân thủ nghe theo. Còn các anh ấy khi nói chuyện với bác sĩ Ty, khi thì thưa anh, khi thì thưa giáo sư. Còn đảng ủy, xem mặt họ thì biết, không mấy phấn khởi khi nói chuyện với bác sỹ Ty.

Sáng hôm sau, tôi vừa ra khỏi phòng giao ban, gặp ngay bác sĩ Ty, tôi vẫn lặng thinh, chỉ bắt tay chào anh ấy. Chúng tôi bước vội xuống thăm khoa phòng khoa ngoại. Khi đến trại 15 là Trại Xương dành cho Chấn thương và Chỉnh trực, một trại lợp bằng 'tôn', vòm cong, han rỉ. Trại này được xây dựng từ năm 1950. Và tôi cũng cho bác sỹ Ty biết trước 75 tôi là bác sĩ trưởng trại này và tôi cũng là bác sĩ đầu ngành phẫu thuật chấn thương và chỉnh trực của bịnh viện. Đứng trước bác sĩ Lương

Định, nữ bác sĩ vừa chi viện từ Hà Nội, bác sĩ Ty lên tiếng phê phán:

- Bọn Ngụy tệ thật, dư tiền mua bom đạn, đánh phá Cách mạng, gây thương tích không biết bao nhiêu người mà vẫn để 'Trại Xương', một trại chứa toàn nạn nhân của bom đạn tồi tệ như thế này. Nó vẫn để như vậy trong mấy mươi năm qua.

- Thưa anh, tôi nói, sau 30 /4/ 75 tôi có mạnh dạn đề nghị xin xây lại trại mới, mà gần 2 năm rồi đấy anh...

Bác sĩ Ty lặng thinh, kéo tôi lên thăm phòng phẫu thuật. Dọc hành lang, bác sĩ Ty nói vừa đủ cho tôi nghe:

- Đừng có lắm đề nghị, còn nhiều khó khăn lắm...đừng để ai hiểu lầm mình.

Phải nói là bác sĩ Ty choáng ngộp khi bước vào kho tiếp liệu chứa dụng cụ dành cho phòng phẫu thuật của chúng tôi. Anh mở mắt nhìn thao láo gần 20 bộ đại phẫu tiên tiến dành cho: Tim mạch, Tổng quát, Chấn thương, Sọ não, Lồng ngực, Tiết niệu, Phụ khoa.v.v...Anh mân mê từng bộ phận của bộ đại phẫu tim mạch mà tôi mở cho anh ấy xem. Anh nâng niu từng vascular clamp làm bằng plastic mềm, anh nói với giọng thiết tha:

- 'Tụi này', khi ta có nó mà dùng nó thì tuyệt vời, hầu như không gây tổn thương cho thành động mạch.

Tôi thật sự vô cùng cảm kích trước sự bày tỏ chân thành của anh. Tôi cho anh xem một thùng gần một thước khối chứa toàn những mẩu nhân tạo của hệ thống tim mạch (cardiovascular prothesis). Anh đứng ngơ ngẩn, nhìn ngấm, ve vuốt, mân mê từng động mạch thận, động mạch háng, cross aorta v.v…Anh ấy nói:

- Ở bịnh viện Việt Đức chúng tôi có một số, rất ít, quí lắm, quà tặng của Cộng Hòa Dân Chủ Đức. Chỉ có anh Tùng và tôi mới dùng các món này, nhưng cũng gần hết rồi, hiện chúng tôi chỉ còn vài ba mẩu.

Nghe bác sĩ Ty nói tôi thật sự xúc động. Tôi bèn lấy một hộp vuông vức mỗi bề 3 tấc, và tôi hỏi bác sĩ Ty là anh muốn cái nào tôi sẽ cho anh cái đó. Tôi sẽ cho anh anh đúng một hộp đầy, 27 tấc khối để cho anh mang về Bịnh viện Việt Đức cho anh và thầy Tùng dùng.

Bác sỹ Ty xoe tròn đôi mắt nhìn tôi, anh lúng túng:

- Như vậy là một thùng 27 tấc khối có nhiều lắm không anh? Bác sĩ Ty thật tình hỏi tôi.

- Thưa anh, tụi này có cả thùng cả thước khối như vậy mà ít có dịp dùng vì đội phẩu thuật tim mạch của chúng tôi một phần ở lại đi học tập cải tạo, một phần di tản qua Pháp như bác sĩ Phạm Vĩnh đã trở lại Montpellier, bác sĩ Ngọc trở lại đại học Bordeaux

Tôi nhờ cô điều dưỡng thân tín nhất của tôi giúp bác sĩ Ty lựa và gói cho anh ấy một thùng thật tươm tất. Xong tất cả, anh đứng mân mê cái thùng, anh nâng nó lên, anh đỡ nó xuống, nó rất nhẹ vào khoảng một kilo ngoài. Tôi rất ngạc nhiên anh không dám mang về. Anh gửi lại phòng tiếp liệu. Anh nói:

- Cái này không thể để ở ngoài tối nay được. Tôi xin gửi lại đây, sáng mai tôi đến lấy và lên máy bay về luôn...Anh nhìn tôi một chập, rồi nói giọng rất khẽ:

- Đó là tài sản của quốc gia!

Ngày hôm sau, lúc 8 giờ sáng tôi bước vào phòng mổ, tôi nghe bác sĩ Út Ngô khiển trách thậm tệ cô điều dưỡng phòng mổ thân tín của tôi. Út Ngô thì lớn tiếng, cô ấy thì khóc sướt mướt. Chợt thấy tôi bước vào, bác sĩ Út Ngô gọi:

- Này Anh! Út Ngô vừa chỉ vào cái hộp tôi biếu cho bác sĩ Ty vừa nói:

- Những cái gì ta có hôm nay trong phòng tiếp liệu này, đều là từ máu xương của cách mạng. Biết bao hy sinh chúng ta mới tước đoạt từ tay kẻ thù những gì ta có hôm nay. Không một ai có quyền coi như của riêng tư mà tự ý chia chác hay biếu xén cho ai cả...

Tôi biết Út Ngô đang giận. Mặt anh ấy tái tím. Tôi biết tôi có lỗi là tôi không xin ý kiến của anh trước khi tôi tiếp xúc với bác sĩ Ty. Không! Không phải như vậy. Tôi hoàn toàn sai. Cơ bản vấn đề là ở chỗ khác. Bác sĩ Út Ngô không bao giờ gọi tôi bằng anh. Anh lớn hơn tôi 6 tuổi. Thường anh gọi tôi bằng em trong những lúc riêng tư. Trước mặt mọi người anh gọi tôi bằng bác sĩ cũng như anh gọi tất cả các bác sĩ của chế độ cũ. Nhưng hôm nay Út Ngô gọi tôi như vậy, có nghĩa là anh đấu tranh quyết liệt. Thú thật tôi rất e dè. Tôi nói:

- Thưa anh không có gì đâu, chỉ vài ba cái mẩu nhân tạo về các bộ phận tim mạch. Thưa anh, vốn dĩ bác sĩ Ty cũng là thầy giáo của anh tại trường Y Hà Nội. Tôi có lỗi là tôi không xin ý kiến của anh. Tôi vô cùng hối hận về thiếu sót đó.

- Vấn đề không phải là anh có lỗi hay không có lỗi và cũng phải là bác sỹ Ty là thầy của tôi hay không phải là thầy của tôi.

Tôi thật thà bảo:

- Chúng ta không cho thầy Ty hôm nay, mai mốt Trung ương vào kiểm kê. Ta đâu có thể ôm chặt mãi được. Trung ương sẽ phải phân phối có thể bổ sung cho các bịnh viện thuộc các tỉnh phía Bắc, nhất là các bịnh viện thuộc Trường Y Hà Nội. Điều đó cũng đúng thôi vì họ đang thiếu trầm trọng.

- Thiếu? Thì ai cũng thiếu cả. Ta có được là vì ta đổ máu mới có. Máu của dân miền Nam không chia chác biếu xén cho ai cả. Chừng nào trung ương vào kiểm kê thì sẽ hay. Lúc ấy chúng ta sẽ có kế hoạch...

Tới đây tôi thấy rất khó mà thương lượng với bác sĩ Út Ngô trong tình thế như thế này. Tôi bước vội ra ngoài để xem bác sĩ Ty đến chưa. Tôi gặp phải bác sĩ Lương Định đang chạy vội đến tôi. Với giọng thản nhiên, chị nói vừa đủ cho tôi nghe:

- Bác sĩ Ty cám ơn bác sĩ rất nhiều. Thôi, cái hộp đó rắc rối lắm. Bác sĩ xử trí với Út Ngô cho khéo, đừng để xảy ra những 'lôi thôi' cho bác sĩ. Bác sĩ Ty xin lỗi bác sĩ, không gặp được bác sĩ vì sợ trễ máy bay.

Rồi bác sĩ Lương Định đứng sát vào tôi, chị ấy khẽ nói:

- Làm gì anh ấy quát tháo quá quắt vậy. Không cho bác sĩ Ty hôm nay, sau này Trung ương vào kiểm kê đâu cũng vào đấy.

Sau ngày 30/4/75 nhà nước Cộng Hòa Xã Hội Chủ Nghĩa Việt Nam tuyên bố cùng thế giới: Việt Nam thống nhất toàn vẹn lãnh thổ và vĩnh viễn sạch bóng quân thù trên đất nước. Sự thật vấn đề thống nhất đất nước còn rất mơ hồ nếu không muốn nói là trừu tượng. Vì thống nhất đất nước phải đi đôi với thống nhất lòng người. Người cộng sản Việt Nam hiểu hơn ai hết. Ngay trong hàng ngũ đảng cộng sản những mâu thuẩn Bắc Nam gần như công khai. Sau ngày 30/4/75 người cộng sản miền Bắc cố tình trấn ác người cộng sản miền Nam. Cộng sản người Bắc gọi ngày 30/4/75 là Ngày Giải Phóng Miền Nam. Cộng sản người Nam luôn luôn gọi ngày 30/4/75 theo đúng ý nguyện của "Bác Hồ", là ngày Thống Nhất Đất Nước. Người cộng sản miền Nam chối bỏ cụm từ Ngày-Giải-Phóng-Miền-Nam. Hình ảnh bác sĩ Ty và bác sĩ Út Ngô là một xung đột điển hình. Tất cả chỉ vì lợi nhuận và tư tưởng cục bộ hẹp hòi. Không cần phải chờ đến những năm 90 đọc "Viết Cho Mẹ Và Quốc Hội "của ông Bảy Trấn chúng ta mới thấy mâu thuẩn ấy! Nhưng nghĩ cho cùng sự mâu thuẩn ấy cũng là điều tất yếu của lịch sử. Dân tộc nào cũng vậy lúc khó khăn đoàn kết lại với nhau chống ngoại xâm, bảo vệ đất nước. Lúc thanh bình thì chia rẽ, mâu thuẫn vì lợi nhuận, vì tư tưởng cục bộ cố hữu, hẹp hòi. Điều đau đớn cho chúng ta là mãi đến hôm nay, trong lúc tôi viết những dòng này gửi đến cho anh, trong nước vẫn còn chia rẽ Bắc Nam, Quốc Gia và Cộng sản. Nó là đám cháy ngầm làm tiêu hao biết bao là sinh-lực-đi-lên của đất nước hôm nay. Cả loài người đang tiến vào thế kỷ 21, trang bị với những tiến bộ khoa học, điện toán siêu việt, những tư tưởng cách mạng kinh tế vượt ngoài tầm vóc và biên giới quốc gia, tư tưởng lớn Toàn Cầu Hóa. Âu châu trên đường thống nhất thành một, Liên Hiệp Âu Châu, Europe Unique. Ấy thế mà cộng đồng Việt Nam ở trong nước và hải ngoại, vẫn tiếp tục trả đũa nhau, vẫn còn những mâu thuẫn chia rẽ Bắc-Nam, cộng sản-quốc gia, gây không biết bao nhiêu tổn hại cho đất nước. Thật là lạc hậu.

Anh Nhất, lâu lắm rồi, ngay sau 30-4-75, tôi rất băn khoăn về người thủ trưởng của tôi, bác sĩ Út Ngô, tánh tình thật là bất nhất. Nhiều lúc anh ấy tỏ ra một tay cộng sản chuyên chính triệt để. Trong thời gian năm đầu sau tiếp quản, nếu một ai dùng bạo lực hay vũ trang chống lại hay đánh phá cách mạng, bị thương, bất kể nặng hay nhẹ, nếu vô phúc chở vào cấp cứu tại bịnh viện gặp phải anh ấy trước khi gặp tôi, Út Ngô xoắn tay áo đánh bịnh nhân một cách tàn bạo ngay trên giường bịnh cấp cứu, trông thật là dã man, ghê tởm! Hay cả những bịnh nhân sau khi được tôi can thiệp phẫu thuật cấp cứu xong cho xuống phòng hồi sinh tỉnh lại, rũi mà gặp anh ấy, sau khi đọc hồ sơ bịnh án của bịnh nhân mà thấy bịnh nhân là một người bị thương vì dùng bạo lực đánh phá cách mạng, thì Út Ngô lập tức đánh bịnh nhân chết giấc ngay trên giường hậu phẫu. Thật sự chính tôi không được mục kích cảnh tượng như vậy. Tôi chỉ nghe các cô điều dưỡng thân tín báo cáo lại cho tôi, hay do chính nạn nhân, thân nhân của nạn nhân thảm thiết kể lại cho tôi nghe. Có lẽ chính Út Ngô cũng không muốn cho tôi thấy cái trò dã man ấy của anh.

Sáng ngày 1 tháng 5-1975, tôi nhận một binh nhân đăc biệt, một Trung Tá Phi Công Pilot F5 anh được chuyển đến tôi từ phi trường Quân Sự Trà Nóc. Chiếc phi cơ phản lực săn giặc của anh bị trúng đạn hỏa tiễn khi sáp sửa cất cánh để tẩu thoát, anh bị gẫy hở xương đùi trái. Tôi rất thận trọng mỗi lần tôi thăm bịnh, cho thuốc điều trị người bịnh nhân này. Tôi bất động xương đùi trái của anh rất kỹ lưỡng, và tôi làm việc này âm thầm trong lúc không có mặt Út Ngô. Đáng lẽ phòng công an của tỉnh Hậu Giang phải đem bịnh nhân về quản lý tại bịnh viện trong khám lớn của tinh Hậu Giang, sau khi tình trạng của bịnh nhân được ổn định trong vòng 1 tháng. Nhưng không hiểu vì lý do gì, họ vẫn để bịnh nhân dưới sự chăm sóc của tôi. Đến tháng 7-1975, không hiểu hà cớ gì Út Ngô hung hăng đến thăm bịnh nhân này của tôi, Anh xoắn tay áo đánh bịnh nhân của tôi môt cách thô bạo và tàn bạo ngay trước mặt người vợ và đứa con trai 10 tuổi của bịnh nhân đang thăm nuôi, trong lúc bịnh nhân bị bất động trên giường bịnh. Vợ con của bịnh nhân của tôi than khóc thẩm thiết anh vẫn không tha. Tối hôm đó người con trai của bịnh nhân của tôi trở về nhà uống thuốc tự vận và cháu đã chết...

Anh Nhất, tôi suy nghĩ về thái độ tàn bạo dã man của bác sĩ Út Ngô với sự đồng lõa của đảng ủy của bịnh viện. Tại sao người cộng sản Việt Nam đánh đập dã man người miền Nam một cách thô bạo chưa từng thấy trong lịch sử y học và chiến tranh của thế giới. Khi viết đến dòng này, cho đến nay tôi vẫn chưa hiểu nỗi từ đâu mà có sự hận thù giữa lòng dân tộc ta một cách thô bạo đau đớn như vây?

Nhưng có điều lạ, sau đó Út Ngô trở thành người ít nói hơn thường lệ và mỗi lần tôi gặp anh tôi phải cẩn thận hơn vì cái bản chất thô bạo của con người công sản ở trong anh ấy. Tôi cố xa lánh anh càng nhiều càng tốt...Do dó cuối năm 75 đầu 76 Út Ngô không còn đánh bịnh nhân của tôi nữa mặc dầu số bịnh nhân dùng vũ lực chống lại công an khi họ bị bắt trên đường vượt biên ngày một nhiều hơn. Anh luôn tìm đến tôi tìm hiểu học hỏi rất chân thành, anh có vẻ hối tiếc về những hành động thô bạo giết người đối với bịnh nhân của tôi.

Anh Nhất, như anh đã thấy sau ngày thống nhất đất nước cả nước quyết tâm khôi phục lại kinh tế, thâu phục nhân tâm, xây dựng lòng tin yêu, đoàn kết Bắc Nam. Nhưng chuyện đó không phải là dễ làm. Những phe chính trị, những gọng kèm quốc tế, có những mưu toan riêng của họ. Mao Trạch Đông, sau hắn là Đặng Tiểu Bình đứng sau lưng Pol Pot, một tên Miên Cộng, tay sai trung thành của Mao Trạch Đông, đánh phá và xách nhiễu biên cương phía Tây Nam của tổ quốc ta.

Tháng chạp năm 1977, quân đội Khmer Rouge, tràn qua biên giới đánh phá thị xã Tây Ninh, giết hại và gây thương vong hơn 2000 người Việt. Miên cộng mở mặt trận dài từ Neak Leung đến vùng ba biên giới. Tại Neak Lueng Miên cộng xua quân tràn qua kinh Vĩnh Tế, phá hoại và truy diệt vùng Cái Sắn. Hàng trăm người bị thương nặng từ tuyến trước gửi về. Miên cộng tràn qua qua biên giới trong đêm tối, giết người bằng mã tấu, đốt nhà, ném đàn bà trẻ thơ vào lửa đỏ. Nhìn các phụ nữ, những bà mẹ Việt Nam, bị chém. bị ném vào lửa đỏ, đau đớn quằn quại nằm trên bàn phẫu thuật, tôi đau xót vô cùng. Sự vắng mặt của các anh ở trong nước trong thời điểm này là điều thiếu sót không lời nào bào chữa được. Anh Nhất, sau 75, tiếng súng vẫn còn, quân và dân ta tiếp tục hy sinh xương máu để bảo vệ hòa bình, để đương đầu với kẻ thù trước mặt: Trung Cộng! Máu vẫn tiếp tục đổ ở biên giới Tây Nam, rồi biên giới phía Bắc, và trên biển Đông, để bảo vệ cũng như để xác nhận biên thùy, hải phận và bầu trời của tổ quốc.

Sau hai năm thi đua làm việc và học hỏi với tôi, sức khỏe bác sĩ Út Ngô xuống dốc thậm tệ vì chế độ dành cho chúng tôi, cho công nhân viên chức quá kém. Anh không có nguồn phụ thu nào để có thể cải thiện bữa ăn hằng ngày. Chúng tôi hai bác sĩ phẫu thuật trong hai năm qua hưởng chế độ cao nhất trong bịnh viện. Mỗi nửa tháng chúng tôi mỗi người được nửa kí đường, nửa kí thịt heo, và 10 kí gạo. Vợ tôi phải lần lượt bán tất cả đồ đạc trong nhà, cả các món nữ trang hồi chúng tôi cưới nhau, sau cùng là bộ bàn ăn với tám cái ghế cẩm lai để lấy tiền nuôi ăn cho cả gia đình và bồi dưỡng cho tôi. Như vậy anh biết các cán bộ cách mạng sau ngày Thống nhất đời sống của họ vẫn còn khó khăn biết là dường nào. Hơn nửa đất nước, nhất là tại miền Bắc, nhân dân ta vẫn tiếp tục ăn độn. Trong hiện tình bác sĩ Út Ngô mắc phải binh lao, không có đầy đủ thuốc để điều trị, anh ho ra máu ngay trong buổi họp giao ban. Đến lúc này Út Ngô không còn máu hăng say của kẻ chiến thắng lúc ban đầu. Sau hai năm chiến thắng anh đã thấm mệt. Có sự chuyển hóa trong tư tưởng của anh? Tôi đang nghĩ như vậy. Vì số lượng bịnh nhân ngày một đông hơn, Út Ngô và tôi dù sao cũng phải làm việc mỗi ngày một gần gũi nhau hơn, thân thiết với nhau hơn.

Anh Nhất, sau 75, Cách mạng và toàn dân ra sức phấn đấu, bảo vệ củng cố nền hòa bình và độc lập ta vừa đoạt được. Tháng 5/1978 Trung Cộng tố cáo Chính phủ Việt Nam tống xuất ít nhất 90.000 Hoa kiều ra đi bằng đăng kí bán chính thức. Chính phủ Trung Cộng đòi đem tàu của họ vào tận bến cảng Sài gòn để di tản người của họ, nhất là Hoa kiều vùng Chợ Lớn. Ngày 3 tháng 7/1978 Đặng Tiểu Bình và Chính phủ Trung cộng, lấy cớ là chính phủ Việt Nam ngược đãi thiểu số Hoa kiều, chấm dứt mọi chi viện kinh tế. Vẩn đục tình thế xấu hơn chính quyền Trung Cộng rút đại sứ của họ về nước vào ngày 16/7/78. Ngày 15/8/78 cả hai phía Trung Cộng và Việt Nam tố cáo những hoạt động quân sự xâm phạm biên giới của cả hai bên. Bóng dáng chiến tranh càng ngày càng gần. Biết bao là lo âu hiện ra trên trên từng nét mặt của mỗi người. Tôi không thể nói hết với anh khí thế chiến tranh đang sục sôi trong lúc này.

Đến tháng 9 năm 78 nền kinh tế đất nước ta đang lâm nguy, mặc dầu Việt Nam vừa được gia nhập vào khối Comecon (Liên hiệp hổ tương kinh tế của các quốc gia Đông Âu và Liên Xô) vào ngày 29/8/78, nhưng chẳng cúu vãn được gì, vì các quốc gia của khối này, ngay cả Liên Xô đều đang lâm vào tình trạng kinh tế suy đồi thảm khốc. Vào thời khoảng đó, người Việt vượt biên hàng hàng lớp lớp. Cách mạng và đảng viên tha hồ nhận phong bì, tiền hối lộ. Giá sinh hoạt bốc lên cao hằng ngày, hằng giờ. Nền kinh tế đất nước của chúng ta vào thời điểm này là nền kinh-tế-mánh-mung-chợ-trời. Chợ Trời phát triển cao độ ở mọi nơi, dưới mọi hình thức, trong mọi địa hạt và hiện hữu trong mọi con người. Chợ Trời bán đủ thứ ngay cả sex cũng được môi giới bán tại Chợ Trời. Các thầy bói, bốc quẻ, nhất là "quẻ bốc hơi" (vượt biên) hành nghề đầy dẫy ở Chợ Trời. Ngay cả thần thánh, mê tín cũng được bán tại Chợ Trời! Chợ Trời là niềm hy vọng của mọi người, là nơi cầu cứu của mọi tầng lớp dân chúng, là điểm bám víu cuối cùng của những người đau khổ và cũng là điểm cao tột cùng của những kẻ vừa được thời thế bốc lên từ dưới đáy xã hội! Những gì người dân không thể tìm được trong cửa hàng quốc doanh hay hợp tác xã, họ có thể tìm thấy tất cả ở Chợ Trời với giá cắt cổ. Nhất là thuốc Tây...

Ngày 21/12/78 Việt Nam tiến công trừng trị Pol Pot và giải phóng Campuchia khỏi tai họa diệt vong, lật đổ Pol Pot và đồng bọn. Thật sự quân đội Việt Nam đánh chiếm Kratie từ 14/12/78...

Ngày 17/2/79 Trung Cộng mở mặt trận dài từ Phongsaly đến Mong Cái với 300 ngàn quân tiến công Việt Nam, để gọi là trả đũa trong việc Việt Nam đã tiến công vào Campuchia. Thật sự đó là sự tiến công của Trung cộng theo chủ nghĩa Bành Trướng Nước Lớn. Ngày 5/3/79 Trung cộng đơn phương tuyên bố rút quân ra khỏi Việt Nam sau khi chiếm đóng thị xã Lạng Sơn.

Những tháng 11,12, năm 78 và những tháng 2 tháng 3 năm 79 là những tháng xẩy ra nhiều biến cố nhất kể từ ngày thống nhất đất nước. Chiến tranh bộc phát cả hai vùng biên giới phía Bắc và Tây Nam của tổ quốc. Trong nước toàn dân đối đầu với sự suy thoái kinh tế trầm trọng. Thành phần vượt biên bây giờ có những người giàu có ghép hộ với người Hoa đi theo đăng ký bán chính thức. Những người nghèo khó thì kết hợp với dân thuyền chài, hay những người lang thang không hộ khẩu, phần nhiều thành phần thứ hai nghèo khó này là các sĩ quan VNCH đi tù cải tạo về hay các công chức cũ bị chính quyền cộng sản ngược đãi. Thành phần này nếu bị chận bắt trên đường vượt biên, họ sẽ đánh trả với công an biên phòng một cách ác liệt Vì nếu họ bị bắt họ không còn vàng để chuộc mạng ra tù sớm, họ có thể bị ngồi tù rất lâu và bị hành hạ và chết trong lao tù không phải vì lý do chính trị chỉ vì họ không có đủ vàng để đưa họ ra khỏi lao tù.

Về phía chính phủ Cộng sản Việt Nam họ là việc rất căng trong công tác biên phòng bắt người vượt biên để lấy vàng. Tình thế càng khó khăn bấy nhiêu, tôi và bác sĩ Út Ngô càng làm việc khắng khít với nhau bấy nhiêu. Có lúc anh em thật gần gũi. Những lúc đó, anh có nói những câu xa gần, đại khái là tay nghề của anh bây giờ khá vững nhờ những năm làm việc chung với nhau. Anh không bao giờ quên những chặng đường ấy. Nói xong anh vội bước đi, để mặc tôi ngơ ngác với câu nói của anh. Tôi suy nghĩ mãi về anh như lần đầu tôi gặp bác sĩ Nguyễn Văn Ty. Trong bác sĩ Nguyễn văn Ngôn lại có một bác sĩ Nguyễn Văn Ty? Có phải chăng trong còn người cộng sản, con người quốc gia vẫn còn chôn sâu trong tận cùng tâm hồn họ? Hay đây chỉ là một trò lừa phĩnh? Ai mà biết nỗi tâm địa của Việt Cộng!

Chủ nhật cuối tháng hai-1979, lúc 2 giờ sáng tôi được điều vào bịnh viện để mổ cấp cứu cho một cán cao, công an biên phòng. Ông ta bị thương trong một cuộc đụng độ với người vượt biên do biệt kích Mỹ tổ chức. Tôi chi nghe nói vậy. Ông ta bị thương rất nặng. Dĩ nhiên có bác sĩ giám đốc, bác sĩ Út Ngô, Tỉnh ủy viên, đứng bên cạnh tôi trong phòng phẫu thuật. Sau 3 giờ liền can thiệp phẫu thuật tình trạng bịnh nhân được ổn định, lúc đó vào khoảng 5 giờ sáng. Theo đề nghị của bác sĩ Y vụ, tôi ngủ lại phòng bác sĩ trực thay vì về nhà. Vì mệt, vừa đặt lưng xuống tôi ngủ ngay thẳng giấc đến sáng. Khi thức dậy đã 8 giờ sáng, tôi làm giường, tháo mùng lật gối. Khi lật gối, tôi giật mình khi thấy một cây súng ngắn đặt dưới gối nằm của tôi. Tôi vô cùng sợ hãi và bối rối khi nghĩ lại đêm qua tôi ngủ gối đầu trên cây súng ngắn mà tôi không hay. Tôi không dám sờ tới nó. Tôi bàng hoàng suy nghĩ. Như thế này thì hết tình hết nghĩa rồi. Tôi không ngờ tôi lại rơi vào hoàn cảnh bức bách như bây giờ! Vấn đề tôi phải ra đi trở thành bức xúc với cách mạng đến thế sao? Tôi muốn biết tại sao như vậy? Sau cây súng ngắn này cách mạng sẽ vẽ chuyện gì nữa đối với tôi? Với gia đình tôi? Nhìn đồng hồ thấy hơn 8 giờ sáng, tôi bốc điện thoại gọi Mười Nhân, bác sĩ bịnh viện trưởng và cho ông ta hay là có kẻ xấu lận cây súng ngắn dưới gối nằm của tôi tại bịnh viện trong đêm qua. Ông ta trả lời trong một giọng rất bình thường:

- À, cây súng ngắn phải không? Chắc Út Ngô đêm qua, cùng tôi xuống thăm bác sĩ mổ cấp cứu, anh ấy ghé phòng trực bác sĩ, chính anh ấy làm giường và treo mùng cho bác sĩ nghỉ sau khi mổ cấp cứu. Hình như sau đó anh ấy dấu cây súng dưới gối nằm của bác sĩ. Hồi khuya lúc về anh ấy quên ghé lấy. Bác sĩ cứ gọi cho anh Út Ngô hay. Anh ấy sẽ đến lấy hay anh ấy cho các em bảo vệ đến lấy. Sau đó tôi gọi bác sĩ Út Ngô, cũng trong giọng bình thường anh ấy bảo là anh ấy bỏ quên cây súng dưới gối nằm của tôi và anh ấy sẽ bảo các em bảo vệ đến lấy. Cũng như bác sĩ bịnh viện trưởng bác sĩ Út Ngô không một lời xin lỗi tôi.

Chuyện cây súng ngắn bỏ quên dưới gối nằm của tôi như một quả lựu đạn nổ tung trong bịnh viện, mặc dầu tôi muốn giữ kín chuyện đó, tôi không muốn gây ra tư tưởng hoang mang của các nhân viên trong bịnh viện. Có điều lạ là người tung tin cây súng bỏ quên dưới gối nằm của tôi lại là một bác sĩ Cách mạng, bác sĩ Xuyền, bác sĩ bổ túc, chuyên về nội thương, chi viện từ Hà Nội, lãnh đạo tổ chức thanh niên trong bịnh viện từ năm 1975. Thật sự, từ đầu năm 78 những lúc rỗi rảnh và hình như chiều nào anh cũng có những lúc rỗi rảnh đó, bác sĩ Xuyền thường lội qua khoa ngoại, tìm gặp anh em bác sĩ chính quyền cũ còn được lưu dụng, anh cứ nói xa gần là khuyến khích chúng tôi bỏ nước ra đi: "Các anh ở lại làm gì? Ai tin các anh mà các anh ở lại? Không lẽ các anh quyết tâm ở lại chờ ăn độn với chúng tôi?". Đối với tôi gần suốt hơn một năm, nhiều lúc nghe bác sĩ Xuyền ca bài ca cũ mèm ấy tôi thấy buồn nôn. Bây giờ anh ấy vồ lấy cơ hội, làm nổ tung vấn đề cây súng bỏ quên dưới gối nằm của tôi. Các khoa phòng ai cũng biết, ai cũng hoảng sợ cho bản thân họ và cho tôi, nhất là các bác sĩ và nhân viên điều dưỡng của chế độ cũ còn lưu dụng. Khi nói về sự tích cây súng bỏ quên dưới gối nằm của tôi, bác sĩ Xuyền bao giờ cũng chua thêm: "Tôi như bác sĩ Thể tôi đi thôi! Bạn bè đi hết, hà cớ gì bác sĩ Thể ở lại một mình?"

Tôi đem chuyện cây súng nói cho anh Lê Văn hay, anh ấy rất lo cho tôi. Anh Lê Văn khuyên tôi: "cũng không có gì là muộn cả, 'toi' còn trẻ hãy lo liệu mà đi thôi. Anh em ai cũng bỏ chạy cả rồi. Và cách mạng đã quyết tâm như vậy, biết làm sao bây giờ! Thôi thì tổ chức đi đi. Có thiếu hụt thì 'moi' tiếp tay cho". Anh Nhất, khi nhắc lại giai đoạn này tôi cảm nhận sâu sắc tấm lòng hào hiệp của anh Lê Văn. Anh ấy lúc nào cũng cưu mang chúng ta...

Anh Nhất khi tôi viết đến những dòng này cả nước Mỹ đang bước vào mùa bầu cử tổng thống cho nhiệm kỳ 2004-2008. Tại đại hội của đảng Dân chủ, ứng cử viên sáng giá của đảng Dân chủ John Kerry, được giới thiệu đến đại hội và những cử tri hâm mộ, ông ta là một con người được đào tạo từ chiến tranh Việt Nam *(a man forged in VietNam)!* Một người bạn của John Kerry cũng là cựu chiến binh tại Việt Nam, đã khẳng định tại đại hội: " Với cựu tổng thống Jimmy Carter nhờ có cánh đồng đậu phọng tại Georgia, với Bill Clinton nhờ có tư tưởng "Người Đến Từ Hy Vọng", *(man from hope)*, với John Kerry ông sẽ thắng cử nhờ ông có VietNam!*(he does have VietNam)*...Những cuộc vận động tranh cử tổng thống Mỹ từ thời tổng thống Lyndon Johnson, 1964, trong suốt 40 năm qua và nhiều thập niên tới nữa của thế kỷ thứ 21 vẫn khét mùi thuốc súng của chiến tranh Việt Nam...

Ngày 4/4/79 tôi mang vợ con, rời bỏ tổ quốc. Sau đúng 29 năm sống lưu vong tại Mỹ, bây giờ ngồi viết thư cho anh cũng để hâm nóng lại ký ức của chúng mình. Nhìn lại những chặng đường dân tộc, tổ quốc và bản thân chúng ta đã đi qua, tôi nghe rạt rào xót thương mừng tủi, thấy lòng mình kiêu hãnh về lịch sử đấu tranh của giống nòi. Tổ quốc vẫn gần gũi với ta như vú mẹ từ thuở sơ sinh. Anh Lê Văn đã ra đi, nhưng những đóng góp tích cực và cống hiến của chúng ta cho tổ quốc khi anh Lê Văn còn sống vẫn còn đó. Hẳn nhiên nó không phải là những gì ghê gớm lắm, to tát lắm, nhưng những cống hiến ấy không thể bị xóa mờ qua năm tháng trong tâm hồn của chúng ta. Tôi thật sự xúc động khi nhìn lên màn ảnh truyền hình thấy thượng nghị sĩ John Kerry dõng dạc đọc bài diễn văn chấp nhận sự đề cử của đảng Dân chủ, ông ta nói: "Chúng ta có mặt hôm nay tại đây, là vì chúng ta là những người yêu nước. Chúng ta tự hào về hiện tại và tương lai của đất nước! Thưa đồng bào, đêm nay chúng ta có mặt nơi đây, chúng ta quyết tâm làm cho xứ sở cường thịnh hơn và được toàn thế giới kính nể! Tôi đang đứng trên quê hương. Nơi mà máu, lý tưởng và hy vọng đã viết nên lịch sử của tổ quốc ta. (1)

Anh Nhất, xa nhau lâu quá, thời gian có thể làm tàn phai đi những gì đáng nhớ giữa chúng ta. Chiến tranh và cuộc sống đã xô giạt chúng ta đến những bến bờ xa lạ. Dù sao đi nữa chúng ta cũng không thể nào quên được có một thời chúng ta cùng chung lí tưởng. Tôi hy vọng anh đồng ý, cũng như John Kerry, chúng ta cũng có quyền lắm chứ, phải không anh? Chúng ta có quyền kiêu hãnh về hiện tại và tương lai của tổ quốc Việt Nam, nơi đó có máu xương, lao động, lý tưởng và hy vọng của ông cha chúng ta, của chúng ta và các anh em của mọi thế hệ đã làm nên lịch sử hôm nay.

Dù cho cảnh trang lịch sử Việt Nam hôm nay tốt hay xấu, chúng ta cũng có một phần nào trách nhiệm, phải không anh?./.
Vô cùng tha thiết

Oakpark, Illinois, USA
Sept/07/04

(1) Test of Kerry's Acceptance Speech, Chicago Tribune, July 30th, 2004

VỀ MỘT BUỔI CHIỀU CUỐI NĂM

Gửi Đỗ Cung
(Nhà Nặn tượng và phù điêu)

Tôi đến thăm anh, chiều ba mươi Tết. Anh ngồi đối diện với tác phẩm phù điêu của anh, anh nói với giọng phẫn nộ:

- Tôi là lính trận. Kẻ bị hy sinh. Chúng tôi chết cho tổ quốc à? Cả một bọn gian ác sống bằng máu xương của lính. Bọn buôn lính. Muôn vạn người chết cho một nhóm người hưởng. Xương máu của lính của dân. Cả một bè lũ phản quốc. Bọn Việt gian. Bọn ghê tởm. Sau 30/4/75 chúng ta có thể chỉ mặt từng tên. Chỉ có người lính trung kiên ở lại với tổ quốc. Chết! Một danh từ khô đét, khét mùi thuốc súng. Chiến Sĩ Trận Vong hay Liệt Sĩ cũng vậy thôi. Nghe oai đấy, nhưng không có nghĩa gì hơn kẻ đã chết. Có lần tại mặt trận Quảng Trị, tôi hỏi thằng bé Việt cộng, lính chính qui Bắc Việt, mặt còn non choẹt trông rõ là tội nghiệp, chừng 17, 18 tuổi

- Tại sao mày giết nó? Nó tha mày. Nó có giết tụi mày đâu. Cả một lũ tụi mày đứng tần ngần, hứng đạn, ngây ngô đến độ thương hại. Không ai có đủ can đảm bắn hạ tụi mày. Tụi mày đâu có biết trận mạc là gì đâu. Sao mày ác quá vậy? Mày là thằng giết người.
- Tôi không phải là kẻ giết người. Tôi bắn vì tôi là kẻ đang cầm súng.

Nó trả lời sòng phẳng, gọn gẫy. Tôi xử sự với nó như thế nào bây giờ? Nó dưới 18 tuổi. Chết, sống, với nó như trò chơi 'cút hà'. Nhưng giết người, nó phải biết là tội ác. Không ai có quyền giết ai cả. Có kẻ kết án kẻ giết người bằng cách: bắn, treo cổ, chặt đầu, đưa lên ghế điện...Xử kẻ đã nhúng tay vào máu người khác bằng cách ta nhúng tay vào máu của nó. Dĩ nhiên, phải có kẻ thứ ba xử ta chớ. Chu kỳ vòng tròn giết người vây kín xã hội, và hủy diệt lương tri con người như vậy đó. Nhân danh đạo đức, công bằng, bác ái, tôn giáo, chủ nghĩa này, tư tưởng nọ mà giết người đều là vô luân cả. Tôi chưa biết xử trí với nó làm sao, một trận pháo vừa ụp xuống trên đầu của chúng tôi. Không còn thắc mắc gì nữa, tất cả lao vào trận chiến. Chúng tôi nhiều lúc cận chiến với trẻ em Bắc Việt, những xác chết bỏ lại trên chiến trường dưới 20 tuổi. Trước khi chết, các trẻ em ấy chưa biết làm tình nữa là khác chứ đừng nói lý tưởng này chủ nghĩa nọ. Chúng chết với tâm hồn trong trắng như trang giấy mới trong tập vở học trò. Cái chết thật là phi lí, bi thương. Hòa bình chưa được mười năm, thì tiếng súng lại vang rền cả nước, 1963, từ trận Ấp Bắc. Ai ai cũng sợ hãi, cũng xoay lưng lại chiến tranh. Lúc ấy cả bọn sinh viên Sàigòn thật nhảm nhí, tên nào cũng kịch cợm, trên tay cầm quyển sách của J. P. Sartre, A. Gide, Gabriel Marcel, Simone De Beauvoir, Antoine De Saint Exupéry, Albert Camus v.v...Những sách này được xuất bản dưới hình thức sách bỏ túi, Livres de Poche, giá rẻ mạt, 10 đồng một cuốn, đồng giá với vé ciné tại rạp Vĩnh Lợi, hay Lê Lợi. Họ dụm ba, dụm bảy trong những nhà hàng Givral, Continental, Imperial, Pagoda, hay Café Hân...uống cà phê, nói chuyện trên trời dưới đất, phù phiếm. Có người huênh hoang kể câu chuyện Kierkeguard cho cả bọn nghe: *"Một buổi sáng khi thức dậy, Kierkeguard thấy mình nằm chết, lúc đó Kierkeguard mới nhận ra mình là hiện hữu."*. Ấy thế mà cả bọn gật gù, có vẻ hiểu biết về Kierkeguard một cách sâu sắc. Những năm sau đó cả bọn sinh viên Sàigòn ngã lăn ra, ôm nhau rên rỉ nghe những tình khúc của Trịnh Công Sơn, có bọn khóc òa khi nghe nhạc phản chiến của ông ta. Họ khóai trá khi nghe đài phát thanh Hà Nội ca tụng sinh viên Sàigòn phản chiến chống Mỹ, chống quân dịch. Họ là những con kangaroos, chạy trốn thực tế, chui đầu vào bụi rậm. Tôi, tôi cũng đã là một trong những lũ sinh viên ấy, con người của một thời đại thiếu lý tưởng, sống với bộ não thiếu máu, thiếu dưỡng khí. Ban ngày sống vất vưởng trong sân trường đại học, trên đường phố Sàigòn, nhâm nhi mẩu bánh mì với cà phê nguội, hay lê lết ở quán ăn Anh Vũ, quán cơm xã hội dành cho sinh viên. Tối đến chun vô một xó nào đó xem vũ sexy, trốn lính.

Lố bịch hơn nữa là thành phần trí thức. Sau hội Genève gần 10 năm, họ chưa nhận chân được sự thật. Họ tự cho họ là thành phần trí thứ ưu việt, họ vẫn khư khư ôm lấy giai cấp của họ, như ôm lấy *"Chiếc Chiếu Hoa Cạp Điều"* (*). Họ sống nhởn nhơ trên những ân huệ mà họ thừa hưởng từ chế độ của cụ Diệm. Họ là giáo sư đại học, bộ trưởng, tướng tá, văn sĩ, họa sĩ, nhạc sĩ. v. v...Họ, cổ thắt cà vạt, chân mang giầy da, tay xách va li bay đó, bay đây, đi Tây, đi Mỹ, miệng đọc discours, ăn tiệc nhoàm nhàm. Có một lũ biến chất rất sớm làm tay sai bồi bút cho ngoại bang. Họ cạo đầu, xuống đường phản lại cụ Diệm. Họ cao vọng: nếu có gì, nhờ *"quá khứ công thần ngoại bang"* hay Trí Thức Chống Cộng dỏm của họ, họ có thể ôm chân quan thầy chạy ra ngoại quốc. Họ nằm mơ giữa ban ngày. Ngày 30/4/75 họ bị đạp rớt khỏi càng trực thăng. Họ bị bỏ rơi thảm hại. Năm 1969, khi vào quân trường tôi mới hiểu được người lính. Tôi mới hiểu được thân phận của họ, thân phận của chính tôi...

Nghỉ một chập, anh tiếp tục và tôi lặng thinh nghe anh nói, anh đang trút bỏ những uất hận trong nhiều thập niên qua. Anh tiếp tục:

- Sau khi tốt nghiệp Trường Quốc Gia Cao Đẳng Mỹ Thuật Sàigòn, ban Điêu khắc, hệ 7 năm, tôi bị động viên vào quân trường sĩ quan trừ bị Thủ Đức năm 1969. Tại quân trường Thủ Đức, cùng hai bạn điêu khắc khác, chúng tôi thực hiện pho tượng dựng trước "Hội Quán Sinh Viên Sĩ Quan Thủ Đức" với chủ đề *"Trai Thời Loạn"*. Đến nay, sau bao nhiêu thăng trầm của đất nước, bức tượng vẫn còn nguyên vị trí của nó, nhưng "Trường Bộ Binh Thủ Đức" ngày xưa nay đổi thành Trường Đảng. Sau khi tốt nghiệp trường bộ binh Thủ đức, tôi là sĩ quan tác chiến của Thủy Quân Lục Chiến, thuộc Tiểu đòan "Trâu-điên", đóng tại Đông Hà, Thạch Hãn, Huế, những năm 69-70. Tôi tham dự những trận đánh tại Thạch Hãn, Đông Hà lúc đó. Năm 1971 tôi được lệnh thuyên chuyển, điều động về làm trưởng xưởng đúc của Hải Quân Công Xưởng. Sau này, năm 1972 tôi là sĩ quan, Trưởng phòng Chiến tranh Chính trị. Tháng 6/73 tôi lại được thuyên chuyển bằng công điện, thuộc đơn vị yểm trợ và tiếp vận hải quân tại Đà Nẵng. Do đó tôi tham dự trận hải chiến đánh Trung cộng tại Hoàng Sa.

Chờ một chập cho anh đỡ mệt, tôi hỏi:

- Về mặt sáng tác, anh làm được những gì trong những năm chiến tranh, ngòai bức tượng ciment cốt thép “Trai Thời Loạn” tại Trường Bô Binh Thủ Đức?

Anh trả lời:

- Hình như ai đó đã nói chiến tranh là cha đẻ của sáng tạo và phát minh, nguồn cảm hứng của thi ca, văn học và triết học. Những tác phẩm để đời cho hậu thế đều được hoàn thành trong đòi hỏi nghiệt ngã của chiến tranh, như ‘Vạn Lý Trường Thành’, Illiade và Odyssée của Homère, luôn luôn là tác phẩm kiến trúc và thi ca lớn của lòai người...Trong thời chiến tôi cũng có những suy nghĩ táo bạo về sáng tạo. Nhưng chỉ để dành trong cuốn phác thảo chân dung, chờ ngày hòa bình. Nặn tượng làm sao có thể thực hiện được trong hòan cảnh khốc liệt: trên đường hành quân, ngòai mặt trận, trong những trại tù cải tạo. Khác với âm nhạc, hội họa, thi ca... điêu khắc là một nghệ thuật có sức nặng kềnh càng. Tuy nhiên tôi cũng khắc phục được những khó khăn, như những ngày tôi ở hậu cứ, hay những lúc không bận rộn lắm tôi cũng tập trung sáng tác. Dĩ nhiên về kích thước, những tác phẩm của tôi vào thời ấy, thuộc loại bỏ túi. Năm 1973, tôi cũng tranh thủ triển lãm những tác phẩm điêu khắc của tôi tại Hội Việt Mỹ tại Đà Nẵng, với 32 tác phẩm điêu khắc của riêng tôi. Lúc ấy cũng có một hoạ sĩ chuyên về vẽ tranh trên lụa xin được phụ vào với 20 bức tranh của anh.

- Anh có thể cho biết 'chủ đề' của cuộc triển lãm điêu khắc của anh năm 1973?

- Tôi không thích cuộc triển lãm của tôi bị đóng khung trong 'chủ đề', nghe nó chật chội, hạn hẹp, như một nhà thơ sáng tác với nhiều hạn vận và kị húy vậy. Năm ấy cũng có nhiều anh em sợ cuộc triển lãm của tôi thiếu định hướng, họ cũng đòi hỏi ở cuộc triển lãm của tôi một 'chủ đề'. Làm sao mà quí vị đòi hỏi ở tôi nhiều quá vậy? Quí vị phải hiểu tôi chớ. Làm sao tôi có thể cho nó một 'chủ đế' hay một hướng đi dứt khoát được. Những tác phẩm điêu khắc của tôi, những đứa con mang nặng tâm hồn của một người vốn dĩ đã một thời sống không lí tưởng và mãi đến bây giờ vẫn chưa biết mình là ai. Vẫn chưa biết mình đang ở đâu, trong giai đoạn nào của trong cuộc đời của riêng mình, của tổ quốc. Nói đến đây, anh vụt đứng dậy, nước mắt ràn rụa, anh quay mặt vô tường, anh nắm tay đánh mạnh vào tường. Hai vai gầy yếu xanh xao của anh run lên cùng tiếng nấc. Anh đang đau khổ. Anh đau khổ tột cùng. Không ngờ một câu hỏi đơn thuần như vậy lại dấy lên niềm trắc ẩn sâu xa của một nhà điêu khắc ngụy trang dưới lớp áo người lính trận trong hơn mấy mươi năm. Anh dán mắt lên trần nhà như cố tìm lại hình ảnh của một quá khứ xa xâm nào đó, anh tiếp tục:

- Ba mươi hai tác phẩm điêu khắc của tôi trong cuộc triển lãm... mỗi tác phẩm mang riêng mỗi dấu ấn của tâm hồn tôi. Những khát khao của thời đại: Hòa bình và thịnh vượng. Những mơ ước của lứa đôi: tình yêu và tự do. Những đòi hỏi chân chính rất mực là người: môt thế giới không có chiến tranh, không có người giết người. Những ước mơ của tuổi thơ: được cắp sách đến trường, mơ về một tết Trung Thu...Những mơ ước vô cùng chính đáng của con người, vô cùng đơn giản và rất mực là người. Có người hiểu được tôi rất cám ơn. Có người không hiểu được, tôi cũng không ngạc nhiên. Hiểu được, không hiểu được, hiểu không được, là quyền tự do của mỗi người. Hiện tại tôi còn giữ lại một tượng nổi "SỐNG CÒN". Tượng này tôi làm bằng đá quí. Tôi hoàn thành thực hiện tượng này cuối năm 72. Có nhà buôn Đại Hàn, nghe tiếng bức tượng, tìm đến xem. Sau 3 ngày chiêm ngưỡng ông ngỏ lời muốn mua nó với giá 4000 đô la! Lúc ấy vàng chỉ có 80 đô la một lượng. Nhưng tôi từ chối. Tôi nói thẳng là tôi không có ý bán. Bức tượng nổi ấy có một định mệnh khá hốc búa. Năm 1982, sau khi tôi đi tù cải tạo về, Sở Văn Hóa và Nghệ Thuật của Thành phố có cho người lại "coi mắt" tượng "SỐNG CÒN" của tôi... Nói đến đây, anh liền bê tượng nổi "SỐNG CÒN" có hình hai con cua đang đánh nhau ác liệt. Một con màu xanh của rêu và một con màu đỏ. Hai con cua mãi say đấu quên cả thân phận mình.

Anh nói:

- Khi *'nó'* đến "coi mắt" tượng nổi "SỐNG CÒN" của tôi, tôi muốn nói tên đại diện Sở Văn Hóa của thành phố đấy, có lúc hắn ta mở tròn đôi mắt, và hai lỗ mũi của hắn mở toang ra. Có lúc nó nhắm đôi mắt lại. Tôi thấy rõ hai mí mắt trên của nó giật...giật, run...run...Tôi ngại quá. Nó đang tập trung tìm ra một khuyết điểm nào đó trong tác phẩm của tôi, và nó sẽ giáng xuống một đòn trí mạng: hỏng, hỏng, hỏng...tác phẩm "SỐNG CÒN" của anh có tư tưởng phản động...Có thể như vậy lắm. Lúc nó khảo sát hai con cua, mặt nó như biến dạng đi. Cái mũi của nó lệch sang một bên. Trông nó dị hợm. Chợt nó mở đôi mắt thao láo nhìn tôi:

- Tác phẩm "SỐNG CÒN" của anh...có tầm vóc!

Rồi nó nói say sưa, như nó nói một mình:

- Có một nhân vật thứ ba anh không vẽ ra, anh không nặn ra, mà người ta vẫn thấy nó và sờ được nó trong trí tưởng. Đúng, Văn Cao đã nói; "những cái không nói tới mà người đời càng tìm càng thấy mãi". Đó mới là thực chất của nghệ thuật, khả năng của nghệ thuật...Rồi hắn nhảy bổ đến ôm vai tôi, hắn lay tôi thật mạnh. Tôi như người vừa tỉnh sau cơn mơ. Lúc này tôi tỉnh táo hơn và nghe hắn nói rõ mồn một:

- Tác phẩm "SỐNG CÒN" của anh là thực tế của một thời-suy-nghĩ! Anh là người can đảm dám nói lên những điều mình suy nghĩ. Những suy ngẫm về cuộc chiến. Chúng tôi sẽ cố gắng làm việc với Trung ương, để đưa *"SỐNG CÒN"* của anh vào vị trí xứng đáng của nó -Tài Sản Quốc Gia-!

Rồi hắn ôm tôi, hắn bắt tay tôi ra về không kịp uống với tôi một chén trà. Hắn đến với tôi như vậy đó. Như chớp nhoáng. Như cơn lốc.

Vợ tôi thì buồn. Bà ấy nói:

- Tên ấy nói cho lắm, cũng không ngòai tước đoạt tài sản của anh. *"Tài Sản Quốc Gia"* nghĩa là gì? Nó hợp tác xã "SỐNG CÒN" của anh, mình còn chia chát tí đỉnh mà sống, chớ còn "Tài sản Quốc gia" nghe thơm, nhưng mình không được gì hết. Đói đấy anh ạ. Hơn 40 lượng vàng không chịu bán, bây giờ đành chịu mất!

Nói đến đây anh có vẻ mệt, giọng khàn đi. Anh vẫn còn phẫn nộ, anh tiếp tục:

- Sau 30/4/75 tôi cũng bị bắt đi tù cải tạo tại ở *Trảng lớn, Xuân lộc (Long giao), Suối máu.* Tôi cũng bị hành hạ, cũng bị đói khát, cũng bị chấn thương như mọi người. Tai trời ách nước không một ai tránh được.

Tôi được lệnh tha năm 1981. Hộ khẩu của tôi tại Sàigòn. Công an quản chế hắc ám hết chịu nỗi. Nhưng rồi ai ai cũng gồng mình mà sống. Lăn lóc sống. Hồi hộp sống. Sống trong chờ đợi...không biết ngày nào công an sẽ vồ mình vô tù trở lại. Cộng sản có hơn một ngàn lẻ một lý do để bắt chúng tôi trở lại tù tập trung. Đêm ngủ không yên giấc. Nghe tiếng chó sủa cũng sợ. Nghe bước chân đi của người láng giềng cứ ngỡ là công an đến bắt mình vô tù trở lại. Nhiều lúc thấy mình trong kiếng cũng sợ. Mình cũng không nhận ra mình là ai. Có lúc giữa ban ngày nhìn thấy cái bóng của mình cứ tưởng là tên công an theo dõi. Nhưng nghĩ cho cùng "tù tại gia" hay "tù tập trung" cũng không khác nhau mấy. "Tù tại gia" cộng sản khỏi phải lo cơm, nên chế độ có nới hơn một chút, nhưng thiệt thòi cho vợ con, tăng thêm một miệng ăn đã đành, lại còn phải lo ngai ngái. Biện chứng *"Tù Tại Gia và Tù Tập Trung Không Khác Gì Nhau"* là một triết lý sâu sắc giúp đỡ anh em chúng tôi rất nhiều. Mặc cộng sản ra tay bắt bớ hàng đêm hà rầm. Mặc anh em chúng tôi cứ sống. Mặc thời gian cứ trôi. Không ai chờ đợi ai. Không còn ai, không còn gì để chờ đợi. Không còn gì để hy vọng. Thân phận bi đát. Trong Le Boujoum (**) nhà tư tưởng Cung Giũ Nguyên nói: "Một vật lơ lửng trên vực thẳm, được những sợi tơ mành của hy vọng giữ lại..."! Đó là kiếp nhân sinh. Con người tồn tại trong hôm nay là nhờ họ sống trong hy vọng. Mặc dù hy vọng nhỏ nhoi. Con người cần có hy vọng để mà sống. Nhưng "hy vọng nơi ai, hy vọng nơi gì? Có lý do gì hy vọng?". Chúng ta hòan toàn trơ trụi. Trước khi vô sản hóa nhân dân cả nước, cộng sản lột trần chúng ta: không gia đình, không tổ quốc, không có riêng tư, không có quyền tư hữu...Trước mắt chỉ có Quốc Tế Vô Sản. Quốc Tế Vô Sản đang ở đâu? Họ đưa tay chỉ vào khỏang không: ngày mai! Nghĩa là không có gì hết. Có phải chăng chúng ta phải tạo ra hy vọng, như nhà tư tưởng Cung Giũ Nguyên đã nói: "ta cứ hy vọng thời gian kéo dài mãi, hay ít ra còn lâu nữa mới chấm dứt...". Ta phải tạo ra hy vọng cho ta sống. Hy vọng giúp cho ta tồn tại, ngay cả những hy vọng phi lý như "hy vọng thời gian còn lâu mới chấm dứt".

Anh quay lại hỏi:

- Bác sĩ đọc xong Le Boujoum của Cung Giũ Nguyên chưa?

Sự thật cách đây mấy tháng, anh đến thăm và thấy quyển "Le Boujum" để trên bàn tôi. Anh có hỏi tôi đọc chưa? Tôi cũng thú thật là tôi có đọc qua vài lần nhưng chưa thấu triệt được vì đó là quyển sách triết học chan hòa tư tưởng Triết lý Khoa học, hiện đại, cổ điển- Đông phương và Tây phương. Rất khó đọc! Anh có khuyên tôi tiếp tục đọc đi và có dịp anh và tôi sẽ nói về quyển sách đó. Không ngờ hôm nay anh đem nó ra mổ xẻ một cách lý thú mặc dù anh mới vừa đề cập một vài trang đầu.

Anh tiếp tục nói:

- Chương trình đi Mỹ của chúng tôi, chiến dịch nhân đạo-Humanitarian Operation-, thật sự chương trình này nằm ngòai hy vọng của chúng tôi. Chúng tôi không thể tưởng tượng người lính Việt Nam Cộng hòa lại bị trao đi bán lại nhiều lần như vậy. Thân phận chúng tôi bèo bọt đến như vậy sao? Nhưng nghĩ lại "cánh hoa rụng chọn gì đất sạch", thôi thì cũng đành. Có nhiều anh em không chấp nhận diện "Từ Thiện" (Humanitarian Operation) nghe nó buồn tủi. Hơn thế nữa, ai cũng biết thân phận của một người lính hay một công dân của một quốc gia nhược tiểu, bị trị, đi đâu rồi cũng vậy thôi. Nếu anh muốn có một đời sống vật chất cao, hưởng thụ một phần nào những tiến bộ về khoa học, kỹ thuật thì anh phải chấp nhận lệ thuộc. Còn nếu anh muốn bảo vệ độc lập, tự do, dân chủ, bình đẳng thì phải chấp nhận nghèo đói và lạc hậu.

- Như vậy, anh đến Mỹ theo diện "Từ thiện"- H.O. Anh nghĩ gì về nước Mỹ và người Mỹ?

- Vâng, tôi đến Mỹ theo diện "Từ thiện" - H.O. Khi đến Mỹ mình mới thấy sức mạnh của Mỹ. Họ khống chế thế giới mọi mặt mọi bề. Ở Việt Nam, đối diện với Chuyên Chính Vô Sản mình đã khiếp sợ rồi. Đến Mỹ, xuyên qua cuộc bầu cử Tổng Thống Mỹ năm 2000, Chuyên Chính Vô Sản vẫn còn thua xa, thiếu dân chủ, thiếu khoa học so với Chuyên Chính Tư Bản. Hình như chính bác sĩ hay ai đó đã nói: "Ai chưa đến Mỹ chưa biết được mình"! Câu nói ấy, tôi thiết nghĩ, đáng để chúng tôi suy ngẫm. Có một nguyên tắc chung cho mọi đường lối sinh hoạt của xã hội Mỹ, từ kinh tế, chính trị, nhân văn, khoa học kỹ thuật, văn học nghệ thuật đến tôn giáo: "Tất cả chỉ vì lợi ích của nước Mỹ, Nothing but American interest"! Tôi thán phục tinh thần yêu nước của người Mỹ. Trong công tác tiếp xúc với ta, nhiều lúc xem chừng họ như gần gũi với ta, như những lúc ngồi nói chuyện về ảnh hưởng tai nạn chiến tranh, về tù đày cải tạo, về sự khó khăn nhất thời của người tị nạn, chẳng những họ cảm nhận hòan cảnh của ta một cách sâu sắc mà nhiều khi họ còn tỏ vẻ am tường các vấn đề của ta hơn cả ta nữa. Khi nói về tiền bạc, an sinh xã hội, va chạm văn hóa, khác biệt ngôn ngữ, họ thường nói xa vời: nước Mỹ trong mấy mươi năm chịu ảnh hưởng chiến tranh Việt Nam nên nền kinh tế trì trệ. Họ khuyên ta học Anh văn thường xuyên để kiếm công ăn việc làm càng sớm càng tốt, để giảm bớt gánh nặng an sinh xã hội. Họ cũng thường khuyên nhủ mình nên quên cái quá khứ của mình đi, tạo cho mình một con người mới để phù hợp với xã hội Mỹ tiên tiến. Nếu cần, họ cũng không ngần ngại nói thẳng cho chúng ta biết cũng vì lợi ích của nước Mỹ, mới có chương trình di dân, tị nạn, hay chương trình H.O. Người Mỹ đối với chúng ta: tuy xa mà gần, tuy gần mà xa; ta đối với người Mỹ cũng vậy: lúc xa, lúc gần...Cho nên mặc dầu, có khối người Việt có quốc tịch Mỹ, vấn đề hội nhập vào xã hội Mỹ vẫn còn là vấn đề tù đọng của cộng đồng người Việt.

Trên tường phòng anh, anh treo một bức phù điêu cỡ 8 tấc x 8 tấc, làm bằng thép. Hình nổi trên thép là hình ảnh một người đàn bà mặc áo dài cầm nón lá che cho hai con gái, đứng bên cạnh người chồng có dáng dấp của người lính hiên ngang nhưng gương mặt anh đang phản kháng một điều gì. Anh nói với tôi về bức phù điêu:

- Tôi thực hiện bức phù điêu *"Mặt Trời Tự Do"* này và hòan tất nó một năm sau khi hai vợ chồng tôi và hai con đến Mỹ. Tôi sáng tác nó trong những điều kiện khó khăn về mọi mặt. Đó là hình ảnh gia đình tôi đến Mỹ vào năm 1994. Hiện tại các cháu đang ở riêng với mẹ, và đang theo học tại đại học UIC. Cháu lớn học về điện tóan, cháu nhỏ học về kế toán.

- Anh nói các cháu đang ở riêng với mẹ?

- Vâng, bà ly dị tôi cách đây ba năm, sau hơn 25 năm đầu ấp tay gối. Một mất mát không gì đền bù nỗi. Chúng tôi yêu nhau và cưới nhau trong chiến tranh. Bà đã là mẹ các con tôi...Tất cả không còn thuộc về tôi nữa. Bà đã mang theo bà tất cả, ngay cả lời cầu xin của tôi: "xin bà ngoái lại". Bà vẫn dửng dưng. Thảm trạng của tình yêu, không phải là đau khổ hay ghen tuông, hờn dỗi. Nó là sự dửng dưng! Không phải lỗi tại ai cả. Chúng tôi chỉ là nạn nhân của chiến tranh...

- Anh có thể cho tôi biết anh đang làm những gì hàng ngày?

Anh xúc động mạnh. Anh cố gắng ngước mặt lên trấn nhà để ngưng động những giọt nước mắt. Căn phòng anh ở rất tươm tất và sạch sẻ, trong một chung cư lớn. Anh ở theo chế độ *"housing"*: nhà nước phụ trả tiền thuê cho anh vào khoảng 80-90%. Đó là chính sách của chính phủ Mỹ giúp cho những người nghèo sống tại Mỹ hợp lệ (tị nạn, di dân) cũng như những công dân Mỹ có lợi tức thấp. Phòng của anh được cấu trúc theo kiểu dành cho người độc thân, yên tĩnh và buồn.

Sau một một hồi im lặng, anh nói:

- Như bác sĩ biết, tôi bị ung thư hạch, *lymphosarcoma*, hậu vận rất xấu. Tôi vừa chấm dứt điều trị đợt 1 gồm có: chiếu xạ và dùng ung thư trị liệu. Tóc rụng chưa hồi phục. Tôi bị bần huyết một cách tệ hại. Tôi có thể phải chấp nhận truyền huyết một ngày gần đây. Bác sĩ chuyên trị cho tôi có cho tôi hay tôi có thể sống năm ba năm nữa. Thời gian của tôi bắt đầu điểm từng khắc từng giây. Sống một mình, nửa đêm thức giấc, tiếng đồng hồ gỏ nhịp tích tắc, tích tắc...nghe sốt ruột. Tôi tháo gỡ vụt mất cục "pin". Anh vừa nói vừa chỉ đồng hồ treo trên tường. Cái đồng hồ đứng trơ, kim gió không lay động, chỉ đúng 2 giờ sáng, có lẽ lúc đó anh thức giấc và phát cáu với tiếng gọi thời gian.

Anh tiếp tục:

- Điều đáng sợ nhất của tôi hôm nay là cô đơn. Ở Mỹ nơi nào đèn điện cũng sáng choang, ngày cũng như đêm, nhưng tìm một ngọn đèn để làm bậu bạn rất là khó.

- Các anh em trong Câu Lạc Bộ và các anh em sĩ quan H.O thường lai vãng với anh chớ?

- Vâng các anh ấy vẫn lại thường xuyên. Tôi nghĩ, nếu không có anh em trong Câu Lạc Bộ của mình và các anh em chiến sĩ H.O thì chắc tôi đã đứt hơi từ lâu rồi.

- Xin lỗi anh, và cũng xin phép anh cho tôi hỏi anh một câu có tính cách chuyên môn và nghề nghiệp?

Nghe thế, anh cười phá lên:

- Chắc chắn bác sĩ sẽ hỏi: tôi có ý muốn tự tử không? Phải không? Không đâu! Tôi là người lính trận đối diện với cái chết thường xuyên. Tôi không đến nổi khiếp nhược như vậy. Tôi không bao giờ bị động chờ chết. Tôi đang sung mãn với nhiều đề tài sáng tác mặc dầu tôi đang vướng bận với nhiều khó khăn: cơ sở chật chội, tài chánh thiếu trước hụt sau, không còn ai để cùng chăn gối giải bày. Thời gian còn lại với tôi quí lắm. Tôi cướp giật từng giây. Trước mắt, tôi đang cộng tác với những báo Việt ngữ tại Chicago, Houston, Cali, Washington D.C.v.v...Anh vừa nói vừa chỉ một chồng báo Việt ngữ ở những địa phương khác nhau anh đang cộng tác.

- Anh hợp tác với các tờ báo Việt ngữ, ở các tiểu bang dưới hình thức như thế nào? Họ trả tiền nhuận bút có đúng mức như anh mong muốn? Họ có bóc lột anh không?

- Tôi nghĩ không ai bóc lột ai cả. Tất cả đều nghèo như nhau, tất cả đều là nạn nhân của thời thế, đều sống trong hoàn cảnh giống nhau, hiểu nhau đến tận xương tủy của nhau. Tôi không có viết. Tôi chỉ vẽ, phần nhiều là biếm họa.

- Tại sao anh lại chọn biếm họa? Nửa thực, nửa hư?
- Vì nó dễ vẽ! Vẽ cái gì không có thực, hay nửa thực nửa hư thì dễ vẽ. Vẽ ma vẽ quỉ thì dễ vẽ, nhưng vẽ con người rất khó, nhất là vẽ con người với toàn vẹn lương tri của nó! Khó lắm! Vì hiếm lắm!

Anh đến đứng bên cửa sổ nhìn ra ngòai trời, anh nói một mình: "Mới đó mà chiều rồi nhỉ, không ngờ hoàng hôn lại đến sớm thế.".

Tôi nghĩ đã đến lúc nên từ giã anh. Tôi đến bắt tay anh. Chúng tôi ôm nhau và chúc nhau một năm mới nhiều may mắn. Ra khỏi cửa phòng anh, tôi ngoái lại vẫn thấy anh đứng nguyên chỗ ấy, bên cạnh cửa sổ, anh nhìn ra khoảng trời bao la, nơi đó tuyết và gió đang quần nhau trên mặt hồ Michigan, mênh mông giá lạnh.

Chiều ba mươi Tết, năm Giáp Thân, tại Chicago, một buổi chiều dửng dưng, tuyết vẫn rơi, gió vẫn siết trên mặt hồ Michigan, tôi nghĩ về anh, tôi vừa từ giã anh, người lính trận của hơn ba mươi năm về trước. Anh bước vào đời với lý tưởng yêu nước, với tất cả tâm hồn lãng mạn của một nhà điêu khắc, ôm ấp bao nhiêu mộng tưởng, để rồi phải nhận biết bao mất mát, tổ quốc quê hương. Chiến tranh đã cướp giật đời anh rất nhiều, tuổi trẻ, hòa bình, hạnh phúc lứa đôi, tình nồng chăn gối. Định mệnh lại bủa vây anh-ung thư-một từ nghe khô róc mà có khả năng đè bẹp một kiếp người, xóa sạch mọi ý chí...

Sau bao nhiêu năm chiến đấu không ngừng, chống trả định mệnh và hội chứng hâu chiến, anh đã trút hơi thở cuối cùng vào tháng 4 năm 2019 trong bóng tối của lịch sử.../.

Tết Giáp Thân
Oak park, illinois USA

(*) Tác phẩm truyên ngắn của Doãn Quốc Sĩ
(**) Le Boujoum Tiểu thuyết triết học(Pháp văn), tác giả Cung Giũ Nguyên, Xuất bản tai Mỹ, năm 2000.

CHẾT TẠI BUÔN MÊ THUỘC

Xin ai đó khi đọc tựa đề "Chết Tại Buôn Mê Thuộc" đừng có vội nghĩ ngay rằng tôi đang viết về" Cuộc Triệt Thoái Cao Nguyên 1975" của Quân Đội Việt Nam Cộng Hòa. Không, đây là câu chuyện hoàn toàn khác hẳn và xảy ra tại Mỹ vào những tháng đầu năm 1997 đến năm 2000 và câu chuyện được bắt đầu như sau:

- Thưa bác sĩ, ông ấy và tôi đến Mỹ lâu rồi từ năm 1984. Bà vừa nói, vừa dùng ngón tay trỏ chỉ về phía người chồng. Bà ốm, cao người, tuy già lớn nhưng còn vẻ thanh tú. Bà nói giọng Quảng Nam. Lúc đó, 1997, theo đúng ngày sanh tháng đẻ của bà trên thẻ thường trú, bà cắn đúng 65 tuổi.

Ngồi bên cạnh bà, người chồng im lặng, nhỏ con, ốm và thấp hơn bà nhiều. Ông ta có đôi mắt ti hí quầng thâm đen, mặt toàn xương, có nhiều vết hằn trên trán, chứng tỏ trong quá khứ ông cũng có những đêm thao thức không ngủ được.

- Thưa bác sĩ, bà ấy với tôi đến Mỹ, năm 1984, đúng vậy...

Nói đến đó ông ta nín thinh, hình như ông ta bị cụt hứng vì cái nhìn của bà vợ. Thấy vậy Trọng đỡ lời cho ông:

- Ông bà đến Mỹ theo diện nào? Có phải diện H.O. không?

- Mần ren mà diện H.O. được. Diện H.O đâu có đến Mỹ sớm dữ vậy. Với lại ông ấy đâu phải là sỹ quan...Bà thở ra nhẹ, bà nói tiếp:

- Ông ấy thượng sĩ già. Chúng tôi đến Mỹ theo diện con lai.

- Khổ lắm bác sĩ, ông thều thào. Tôi là lính của Sư Đòan 2, từ thuở chí tư, cày từ lính, được gắn lon thượng sĩ giữa 73, đến năm 75, *Việt cộng* vào vào, rụi om, mất hết. Ông ôm đầu than vãn nhức đầu, mất ngủ, chán chường, đêm ngủ thấy toàn ác mộng.

Cuộc đối thoại sau đó kéo dài hơn 2 tiếng đồng hồ, giữa hai ông bà và Trọng. Sau lần gặp gỡ này, Trọng được biết tên ông là Trần Thống, lúc đó ông 70 tuổi. Hai vợ chồng đều ăn tiền bịnh, và có thẻ khám bịnh số 93, dành cho người bị bịnh, bất lực lao động. Ông là lính của Sư Đoàn 2, ông lập đi, lập lại nhiều lần *"tôi là lính của Sư Đòan 2, tôi ăn chịu với Sư Đòan 2, tôi trung thành với cây súng và màu đất đỏ..."*. Trọng ngạc nhiên, hầu như không hiểu được cách lý luận của ông ta. Theo ông thuật lại, giữa tháng 3 năm 75, Tướng Phạm Văn Phú, Tư lệnh Quân Đòan 2, sau khi nhận được lệnh hãy rút lực lượng theo kế hoạch ít thiệt hại nhất cho Quân Đòan, bảo vệ sinh mạng của chiến sĩ và gia đình họ. Tướng Phú sử dụng Liên Tỉnh Lộ 7, nối liền Kontum, Pleiku, Phú Bổn, Phú Yên để rút lực lượng Quân Đội Việt Nam Cộng Hòa từ cao nguyên về các tỉnh duyên hải miền Trung. Cũng như các chiến sĩ khác, ông cũng đùm túm vợ và 5 năm con theo Sư Đoàn rút về vùng duyên hải. Trong cuộc triệt thoái này, Quân Đội Việt Nam Cộng Hòa gánh chịu những sự thiệt hại vô cùng to lớn, cũng như gia đình ông gánh chịu những mất mát đau thương: ông thất lạc đứa con trai 15 tuổi mà ông nghĩ *"nó bị vùi dập nơi mô rồi"*. Ông miêu tả cái chết của vợ ông: "bà chết ngay dưới chân tôi, nơi cái vực sâu 2 thước. Biết làm sao bây giờ, tôi đành chôn bà ngay tại chỗ đó. Tội nghiệp bà, thế chồng con một mình bà chết thê thảm quá! Tôi dựng một tấm bảng bằng tôn đề tên họ, để sau này mình có dịp may ra trở lại bốc mộ. Mà lâu bấy chừ có dịp mô đâu. Ông mô tả: Cộng quân vô cùng tàn bạo, không một chút tình nghĩa dân tộc. Lúc ấy Liên Tỉnh Lộ 7, một hỏa ngục kéo dài từ cao nguyên đến các tỉnh duyên hải. Suốt dọc Liên Tỉnh Lộ 7 những suối máu, những con đường nhuộm máu nối tiếp nhau, cộng quân đã quyết tâm tận diệt chẳng những quân của Quân Đoàn 2 và cả hàng trăm ngàn thường dân vô tội. Quân Việt cộng vô sản đã đổ tất cả câm thù lên đầu hàng trăm ngàn người dân vô tội trên đường di tản từ cao nguyên về đến các tỉnh lị dọc duyên hải miền Trung. Cộng sản Việt Nam không còn là con người, chớ nói chi con người Việt Nam... Về tới Tuy Hòa, sau hơn 20 năm lính, vốn liếng ông còn lại: 4 đứa con, cái quần xà lỏn, cái áo thun, và một tương lai đói thấy rõ. Cũng như các chiến sĩ khác, lúc đó ông cũng đi đến kết luận: *"cuộc đời binh nghiệp của tôi chấm dứt từ đây"*. Nghe oai và buồn. Thật bi hùng!

Còn bà, quá khứ của bà đúng là mẫu mực, người đẹp thời loạn -hồng nhan đa truân-. Mà bà đa truân thật. Bà trải qua nhiều cuộc tình, cũng như bà có nhiều đời chồng. Bà thường hay tiếc rẻ, hồi đó tôi dở thật, tôi có biết thuốc ngừa thai gì đâu, thành ra với ông nào tôi cũng có con. Chỉ với ông này là tôi không có, khi tôi gặp ông, ông đã già rồi. Tôi lấy ông ấy như đũa có đôi. Bà nói như bà đã chủ động trong mọi lần bà sống chung với mỗi người đàn ông. Bà sanh tại Hội An, lấy chồng về Huế. Ở Huế, ngòai hòang tộc, Tôn Thất, còn có nhiều vọng tộc khác như: Nguyễn Khoa, Nguyễn Hữu, Trần Thanh...Hình như người chồng Thừa Thiên của bà là một thư sinh xuất thân từ vọng tộc Huế. Bà có hai con. Bà đẹp và sang. Chồng bà là sĩ quan Trung úy. Cấp bậc Trung úy của ông chồng bà, theo bà kể là trung úy bất đắc dĩ, chứ ông ấy tốt nghiệp Đại Học Sư Phạm hệ 3 năm. Biến cố Mậu Thân, 1968, tai ương cho Huế và cũng là tai ương giáng xuống gia đình Bà. Chồng Bà bị Cộng sản giết chết và vùi thây trong mồ chôn tập thể. Nhà bà bị máy bay Mỹ bắn rockets cháy, sụp đổ nát tan, trong cái quyết tâm của họ dành lại thành phố Huế trong tay Cộng sản. May mà hai đứa con và bà còn sống sót. Cơ cực quá rồi. Thôi thì đành phải *"thoái thì về mẹ vậy"*. Bà thu xếp, đầu 69, bà dẫn 2 con về Hội An ở với cha mẹ. Lúc đó cha mẹ bà cũng đã già, ảnh hưởng chiến tranh gia tài gần như khánh kiệt. Sở dĩ ông cụ bà cụ còn được giây phút nhàn nhã, là nhờ mấy thằng con trai có hiếu, đi lính đi tráng cũng dành dụm gửi tiền về bù đắp cho ông bà. Những năm 67, 68, 69, chánh phủ Mỹ đổ quân ào ạt vào Việt Nam. Số lượng quân viễn chinh Mỹ tại miền Nam Việt Nam lên đến con số kỷ lục hơn nửa triệu người. Cách Hội An về phía Nam, không đầy 90 cây số, căn cứ Chu Lai của Mỹ được nới rộng. Làm ăn với lính Mỹ có màu thăng hoa nhanh, giàu có và đỡ mệt nhọc. Bà nói với bác sỹ Trọng:

- Tôi gửi hai cháu cho ông bà ngoại chăm sóc cho đi học. Tội nghiệp các cháu giống cha, chăm chỉ học hành, sau này thành thân hết. Tôi lặn lội vào Chu Lai. Đâu có ham vui gì nữa, lúc đó tôi đã hơn nửa đời người. Tôi chỉ cần tiền nuôi các cháu và giúp đỡ cha mẹ. Tội nghiệp hai thằng em tôi, đi lính, đi tráng, lằn tên mũi đạn, khổ sở mà phải dành dụm gửi tiền về nuôi cha mẹ. Thấy vậy tôi không đành. Tôi là chị cả cũng là con gái một. Cuộc sống đưa đẩy tôi đến ngày tôi gặp Bob, 1970, tại một Night Box trong căn cứ Chu Lai. Ông ta không phải quân đội, ông ta mặc đồ dân sự. Ông có xe, có tài xế riêng và hình như cũng có bác sĩ riêng nữa. Thật sự tôi không biết ông ta làm gì? Ông ta lúc nào cũng có gương mặt đăm chiêu, suy nghĩ. Có lẽ ông nghĩ về gia đình ông ta tại Mỹ, vợ ông, con ông và cha mẹ ông. Cũng như ông, tôi nghĩ về các con tôi, về Vinh, người chồng xấu số của tôi bị giết chết trong tết Mậu Thân, về cha mẹ tôi...Vì những điểm giống nhau đó, lúc đầu tôi chỉ cần tiền, nhưng sau hiểu nhau, chúng tôi đầu ấp tay gối với nhau thật sự. Ông ta cho tôi tiền nhiều lắm. Có tháng ông cho hơn cả 5, 6 trăm dollars. Ông thường nói đùa, ông cho tôi tiền còn nhiều hơn ông Tướng Kỳ cho bà Mai mỗi tháng. Thế là cuộc sống cứ vô tình đưa đẩy đến lúc mình trở thành...nói đến đây, mắt bà hấp háy *"Míss Saigòn"* lúc nào mình cũng không hay. Cuộc tình lớn của bà và Bob được kết thúc bằng hòa ước Paris, ký kết giữa Lê Đức Thọ và Kissinger vào 23 tháng Giêng, 1973. Sau khi rút về nước khoảng tháng đầu tháng 1/73, Bob để lại cho bà đứa con trai 9 tháng. Vào tháng 4/1973 bà tự biết thời làm ăn với Mỹ đã hết. Một lần nữa bà quyết định *'về với mẹ'*. Bà đem tất cả tiền bạc và tài sản dành dụm được và bế đứa con 'lai' về Hội An. Bà gặp sự phản đối dữ dội của hai đứa con bà. Ông cụ bà cụ vẫn giữ thái độ yên lặng. Phần thì thương và hiểu các cháu ngoại, phần thì cũng xót cho con gái của mình. Mà đâu có phải tại cháu hay tại con, như cụ bà thường than vãn: tất cả đều trên trời rơi xuống, như bom đạn chiến tranh, như hỏa tiễn, tai bay họa gửi...

Thời gian là ông thầy thuốc tài ba nhất. Dần dần thời gian xoa dịu các vết thương tâm. Bà đem tiền về Hội An, bà xây dựng cơ sở làm ăn. Bà lập một quán cà phê. Mặc dấu ở tuổi 41, 42 bà vẫn còn nhan sắc, nhất là một người đàn bà từng trải như Bà, quán cà phê của bà '*ăn nên làm ra*'. 'Gần miền'có anh chàng chưa có vợ, trẻ hơn bà đôi ba tuổi gì đó, trước 73 làm nghề thông dich cho Mỹ. Mỹ về nước, thất nghiệp, xin đến giúp bà một tay. Bà nói:

- Xin đến làm không lương đó bác sĩ. Và một năm sau, trời ơi! Tôi đâu có ngờ ở tuổi 42 mà tôi còn có thể có thai với "hén". Thôi thì cũng đành thương nhau '*đậu gạo nấu cơm*' mà nuôi con. Đến 75 "mấy ổng" vào, quán xá vẫn sinh hoạt bình thường. Mấy tuần lễ đầu tháng Năm, mấy ổng hạch sách tí đỉnh. Nhưng vấn đề là mình phải 'biết điều' với họ. Cũng phải thôi. Mình là ngụy mà có con lai nữa. Một cổ hai tròng. Nhiều anh cách mạng bảo nhỏ với tôi là đừng lo, đừng đóng cửa quán, có gì các anh ấy che chở cho. Nhiều anh tốt bụng quá. Nhưng có một điều là thằng con lai của tôi, thằng Lùi, nó lớn như một thực tế đáng sợ: da trắng, tóc vàng, mắt xanh, trông giống cha nó, thương đứt ruột.

- Tại sao bà đặt tên con bà là 'Lùi'? Bà khiêm tốn quá vậy?

- Bác sĩ dạy quá lời. Sự thật không phải khiêm tốn gì đâu. Tôi đặt tên cháu là Nguyễn Văn Louis để nhớ lại sự tích của cha nó tên là Bob. Khi sanh, nó đâu có giấy khai sanh, mải đến năm 76, sau khi Cách mạng vào, họ đòi hỏi khai sanh để lập hộ khẩu, mới đi làm khai sanh cho nó ở cái xã gần nhà. Ông cán bộ đội nón cối nhìn châm bẩm vào thằng con tôi, rồi ông ta nhìn vào giấy tờ tôi viết đàng hoàng: Nguyễn văn Lu-I, sanh tại Chu Lai ngày 12 /06/1972. Ông ta hất hàm hỏi tôi bằng giọng Bắc Kỳ, ông nói đớt:

- Tiếng Việt đâu có tiếng Nu-I.

Ông ta tự ý sửa thành Lui, và cũng chính ông ta thêm cho nó cái dấu huyền cho nó hợp thời và dễ nghe hơn.

- Bà không phản đối gì sao?

- Thưa bác sĩ, Lu-I, Nu-I, Lui, Lùi có khác gì đâu. Cái giống gì cũng được. Hơi đâu mà kỳ kèo với "nón cối".

- Sao lúc đó bà không khai cháu Louis là con nuôi, bà lượm được, có ai hay biết gì đâu?

- Đâu có đành như vậy, bác sĩ... Bà lấy giọng, nói cao hơn:

- Con của tôi! Tôi phải khai là con của tôi. Tôi mang nặng. Tôi đẻ đau. Trời cho nó cho tôi. Tôi phải đùm bọc nó chớ. Thưa bác sĩ, có chết tôi cũng chịu, đâu có lẽ nào mà mình chối bỏ giọt máu của mình.

Thấy bà có vẻ giận, Trọng vội vàng xin lỗi bà. Bà liền đỡ lời:

- Tôi biết bác sĩ không cố ý nói như thế! Nhưng...thưa bác sĩ, sống là phải nhìn thấy trước. Năm 1976 vào khỏang tháng 7, bất ngờ tôi nhận được thư của anh Hoành, anh ruột của anh Vinh. Anh chị Hoành cho tôi biết anh chị đã trở về Huế, và anh chị đang tu bổ lại căn nhà của cha mẹ chồng tôi ở đường Lý Thường Kiệt. Anh chị không có con. Anh chị có ý gặp tôi và hai cháu Hoa và Thăng, con của tôi và anh Vinh. Theo tôi biết, anh Hòanh là cán bộ lớn từ Hà Nội về. Anh ấy là anh ruột của anh Vinh, tập kết ra Bắc 1954. Anh ấy có du học Liên Sô năm hay sáu năm gì đó. Anh đậu Tiến sĩ tại Liên Sô. Nhân cơ hội này tôi nghĩ đem hai cháu gửi cho anh chị nuôi, cho tụi nó dễ bề học hành và tiến thân sau này. Các con tôi ở với anh chị như ẩn thân dưới cây dù che cho cái cán. Cả 3 mẹ con tôi đùm túm nhau về thăm Huế. Gặp anh chị rất mừng. Anh Hoành ôm hai cháu Hoa và Thăng vào lòng.

Anh không dám khóc mà mắt cứ rưng rưng. Anh không hề nhắc đến anh Vinh, cái chết của anh Vinh, cũng như cái chết hao mòn của cha mẹ. Anh ấy nói nghe mà chua xót:

- Cái gì của quá khứ có thể đúng cũng có thể sai, nhưng nó thuộc về quá khứ. Ta nên coi nó vĩnh viễn về quá khứ. Chúng ta hãy xây đấp những gì trước mắt chúng ta để có một tương lai hòa hợp và tươi sáng hơn. Vợ chồng tôi thấy cần giúp đỡ thím để chăm nom hai cháu Hoa và Thăng. Xin thím cho hai cháu về ở hẳn với hai vợ chồng tôi. Bây giờ là đúng lúc nhất để tôi lo sắp xếp cho các cháu vào trường cấp hai và cấp 3 ở Huế, Trường Quốc Học cũ đó. Anh ấy vuốt tóc hai con tôi và nói tiếp:

- Trường mà bác và ba của các con học chung với nhau từ thuở nhỏ.

Thưa bác sĩ, nghe đến đây tôi bùi ngùi nhớ lại anh Vinh. Cuộc chiến tranh của đất nước ta quá lâu, xé toang gia đình ra từng mảnh. Bên này cũng như bên kia, ai cũng không dám nhìn thẳng vào quá khứ đau thương, chẳng khác nào soi mặt mình trong vũng máu của chính mình, của gia đình, của anh em, của đồng bào đất nước. Anh Hoành dẫn hai cháu Vinh và Thăng đi thăm từng phòng trong nhà và anh ấy nói với hai cháu: bác và hai cháu, đang trở lại ngôi nhà của tổ tiên, của ông nội, bà nội. Nơi đây, bà nội đã hạ sinh bác và cha con. Và cũng là nơi, cách đây mười mấy năm, mẹ của các cháu đã hạ sinh các cháu. Các cháu hãy ở lại đây, dưới mái nhà này, với hai bác. Lời anh ấy như một khẳng định.

Tôi nấn ná ở lại với anh chị và hai cháu thêm vài ngày. Tôi cũng băn khoăn khi thấy anh chị cũng không lấy gì sung túc. Chị ấy cũng con nhà quyền quý xưa của Hà Nội, cho nên *'đồng thanh tương ứng'*, anh chị gặp nhau, yêu nhau. Anh chị kết hôn trong chiến tranh. Anh chị cũng có con trai lên tám, ở phố Khâm Thiên, Hà Nội, đi sơ tán không kịp, bị máy bay B52 của Mỹ dội bom chết ngày Giáng Sinh 1972. Vết thương nhức nhối đó anh chị chưa hề nói cho ai nghe, kể từ ngày trở về Huế. Trong lúc hai chị em tâm sự với nhau chị ấy mới nói: "đó là vết thương tâm lúc nào cũng xuất huyết. Nghĩ về cái chết của chú Vinh, cái chết của con chúng tôi, nhà tôi nhiều đêm không ngủ được". Khi còn chừng một ngày nữa tôi phải về Hội An, tôi mới thưa với anh chị Hoành: "Anh chị nhận hai cháu Hoa và Thăng nuôi như con vĩnh viễn, em rất mừng. Nhưng gia đình anh chị thanh bạch, không lấy gì sung túc lắm, Em xin gửi anh chị 5 cây vàng để tiếp tay anh chị chăm sóc hai cháu về lâu về dài. Sau chuyến này, em nghĩ lâu lắm mới gặp lại hai con. Và tôi khóc. Lúc ấy anh Hoành bước đến ôm lấy vai tôi, anh ấy nói:

- Vâng, 5 cây vàng là một vốn lớn đối với đồng lương của chúng tôi. Nhưng tôi nghĩ chế độ của hai vợ chồng tôi hàng tháng, đủ để cho vợ chồng tôi đùm bọc hai cháu, giữ lấy gia phong. Thím hãy đem 5 cây vàng này về Hội An mà đề phòng những bất trắc có thể xảy ra cho thím. Thím biết gia đình thím không hội đủ điều kiện ở lại thị xã Hội An làm ăn. Ngày mai tôi phải đi sớm vì có công tác đột xuất, hai cháu và vợ tôi, Viết Hương, đưa thím ra bến xe. Nếu sau này có bất trắc gì xảy đến, xin thím cho chúng tôi hay để kịp thời giúp đỡ thím. Nói xong anh ấy đi vào phòng trong. Mười giờ sáng hôm sau chị Viết

Hương và hai con tôi đưa tôi ra bến xe đò về Hội An. Không biết nói gì trong lúc chia tay với hai con, tôi nhét vội trong túi áo thằng Hoa 5 cây vàng và bảo nó gìn giữ lấy để mà hộ thân cho nó cũng như cho em nó, coi như gia tài chia cho hai đứa nó. Tôi bảo: con hãy đem gửi cho bác gái, đừng cho bác trai con hay. Tôi quay lại nhìn chị Viết Hương thì chị đang nhìn chỗ khác. Mãi đến lúc xe lăn bánh, chị mới quay lại nhìn mẹ con tôi. Hình ảnh của chị là niềm tin yêu sắt đá đối với tôi...Nói đến đây, bà đứng dậy, đến ôm vai chồng ngồi bên cạnh cửa sổ, môi bà nở nụ cười hòa lẫn với nước mắt. Nhắc lại chuyện xưa, bà xúc động. Từ lầu 7 nhìn xuống, đường phố Broadway đang ấp ủ nắng hoàng hôn và bóng mát của khu phố.

Trọng ôn tồn bảo:

- Tuy có tuổi tác, nhưng lúc nào ông bà cũng san sẻ và gần gũi nhau. Điều đó làm cho tôi mừng.

Ông Thông, chồng bà, sôi nổi nói:

- Mụ ấy vẫn vậy, từ trước đến bấy chừ, thương chồng, thương con. Không nhờ mụ, cha con tôi chết đói từ lâu rồi, và không làm sao mà đến được Mỹ.

Lúc này bà quay lại nhìn bác sĩ Trọng:

- Con chúng tôi lớn rồi bác sĩ. Tụi nó làm ăn tại North Carolina. Nghe cộng đồng Việt Nam ở Chicago đông, ông nhà tôi có nhiều bạn ở đây và lại nghe bác sĩ làm việc ở đây, cho nên hai vợ chồng tôi mới dời về đây cho ông ấy hôm sớm với bạn bè, và cũng để bác sĩ điều trị giùm cho hai vợ chồng tôi. Bà than vãn:

- Sao mà ai ai cũng buồn, đâu đâu cũng buồn. Nhức đầu không sao ngủ được. Ai cũng cô đơn, không gửi vào đâu được. Đêm nào ông nhà tôi ngủ cũng thấy chiến tranh, thấy thịt rơi máu đổ, thấy người giết người, thấy vợ ông chết thê thảm quá. Tội nghiệp ông ấy lúc nào cũng nhớ thương bà. Cuộc đời tôi còn nhiều gian truân lắm. Xin bác sĩ cái hẹn, lần tới để chúng tôi giải bày cặn kẻ hơn.

Sau đó ông bà thường lui tới găp Trọng, để tư vấn tâm thần, nhất là ông Thống, để sinh hoạt với nhóm điều trị: *"Câu Lạc Bộ 309.81"*.

Thấm thoát, mới đó mà sự liên hệ giữa ông bà với Trọng gần đúng 3 năm. Một buổi sáng gần cuối tháng Tư, năm 2000, mùa xuân đang trên đường trở lại Chicago. Những mảng tuyết trắng xóa đang cố bám lấy nóc phố như những cố gắng cuối cùng của mùa Đông đang tàn lụi. Những người Da Đỏ trong những chiếc áo chòang dày cộm làm bằng da thú, mặt đỏ gừ, nồng men rượu, cúi đầu đi lang thang trong khắp phố Uptown, thuộc vùng phụ cận phía Bắc thành phố Chicago như những con gấu mộng du, ngái ngủ. Họ có vẻ lạc lỏng trên vùng đất quê hương mà chính tổ tiên họ đã dày công xây dựng qua mấy nghìn năm lịch sử. Cô thư ký phòng ngoài, điện thọai vào cho hay có thân chủ muốn gặp.

Trọng vừa đứng dậy để ra đón, thì bà Sương, vợ ông Thống đã đứng trước mặt. Bà Nói:

- Xin lỗi bác sĩ, đến sớm, mà không có hẹn trước.
- Thưa bà, không hề gì vì tôi cũng không có hẹn với ai trong giờ này. Xin bà cứ tự nhiên. Trọng vừa nói, vừa theo dõi những cử chỉ và những thay đổi trên nét mặt bà.
- Thưa bà, thành phố Chicago, trong mấy tuần lễ qua, bị chôn vùi dưới tuyết lạnh. Tuần này trời ấm lại. Xem chừng như mùa Xuân đang trên đường trở về. Ở Mỹ thời tiết và 4 mùa, thay đổi nhanh thật.
- Thưa bác sĩ, bà Sương nói, trong mấy tuần qua, vợ chồng tôi có ý muôn đến gặp bác sĩ, nhưng thời tiết tệ hại quá. Thấy hôm nay trời ấm, tôi vội đến bác sĩ ngay, vì tôi có vài điều cần thưa với bác sĩ hay, ông nhà tôi nhập viện cách đây năm hôm. Bác sĩ Karnov, tại bịnh viện cho hay là ông nhà tôi có khả năng bị ung thư gan, và ông đang cho làm những xét nghiệm cần thiết. Nói đến đó, bà khóc.
- Thưa bà, bà cần tôi giúp đỡ cho ông ở nhà những gì? Xin bà cứ nói, tôi sẽ cố gắng tối đa trong khả năng của tôi.
- Thưa bác sĩ ở tuổi ngòai 70, ông nhà tôi còn mắc bịnh ung thư thật oan nghiệt. Tội cho ông!
- Thưa bà, ung thư là món nợ chúng ta phải trả ở tuổi già. Càng già tỉ lệ mắc bịnh ung thư càng cao. Tuy nhiên nếu quả ông mắc bịnh ung thư thật, thì hẳn nhiên đó là một điều chẳng lành cho bất cứ ai.

Nhân loại ngày nay chết vì ung thư chiếm tỉ số cao nhất. Cho nên về phương diện trị liệu cho các bịnh ung thư, nó là điểm xoáy của các phương án điều trị. Do đó phương hướng điều trị ung thư tiến bộ hằng ngày. Có những bịnh ung thư, mới đây coi như không tài nào chữa được thì ngày nay người ta ổn định nó dễ dàng. Tôi hy vọng bịnh viện sẽ tìm ra phương án, tiến bộ nhất, hiện đại nhất để chữa chạy cho ông.

- Cám ơn bác sĩ. Bác sĩ Karnov cũng nói rồi: ung thư gan không lâu lắm đâu. Bà khóc. Trọng, tìm cách chuyển hướng câu chuyện:

- Tính tới hôm nay ông bà ở đời với nhau được bao nhiêu năm rồi?

Bà Sương, đôi mắt xa vời, vừa nhìn ra cửa sổ, bà vừa nói:

- Chúng tôi làm tờ sống chung tại Vùng Kinh Tế Mới Đà Nẳng 2, năm 1982. Mẹ con tôi bị chính quyền Cộng sản chỉ định đi Vùng Kinh Tế Mới Đà Nẳng 2, năm 1981, sau khi họ hay biết người chồng sau cùng của tôi vượt biển bằng tàu, đụng đá ngầm, tàu đắm và chết tại ngoài khơi Mũi Din Phan Rang. Thật là bi đát, bi đát hơn lúc Mậu Thân ở Huế. Mẹ goá con côi, tay bồng tay bế, bị áp đảo đi *'vùng kinh tế mới Đà Nẳng 2'*, vào mùa hè tháng tư 1981. Mùa hè ở đây nóng và khô cằn, thật nghiệt ngã. Vùng KTMĐN2 nằm phía Tây Đà Nẳng, phía Tây Bắc Hội An, nằm sát chân núi Trường Sơn, gần đường mòn

Hồ Chí Minh. Dân chúng được đưa về đây, để phá rừng trồng lúa và khoai mì. Nhà ở làm sẵn. Nhà tranh vách đất. Không có điện. Nước chỉ có con suối nhỏ. Chúng tôi san sẻ nước của con suối nhỏ này với trại tù lao cải của các sĩ quan Quân Đội Việt Nam Cộng Hòa, họ ở về phía tây chừng 2 cây số cách chúng tôi, sâu hút trong rừng Trường Sơn. Sau này chúng tôi biết đó là trại Khe Hoa, còn gọi là B16. Đến ĐN2, vô tình Cộng sản sắp tôi ở cái chòi chung vách với ông Thống. Hộ khẩu của ông có 3 người làm ăn cực lực, sống kham khổ, khoai sắn không có đủ mà ăn, nước bùn không có đủ để mà uống. Ông Thống là người ít nói. Ông giúp đỡ mẹ con tôi nhiều hơn là nói. Ông cho hay, 5 cha con đến Đà Nẵng hồi năm 80. Sau 6 tháng đầu hết phụ cấp lương thực, đói quá, 2 thằng con trai lớn của ông bỏ trốn về Buôn Mê Thuộc. Đứa đạp xích lô, đứa sửa xe đạp đầu đường gốc phố mà sống. Làm ăn gần gũi nhau, thấy ông Thống là người chân chất tôi mới để bụng thương ông. Chúng tôi làm tờ sống chung cuối năm 82. Giữa năm 83 có tin cho hay là gia đình có con lai được đi Mỹ. Đó là bước đầu để khai thông quan hệ ngoại giao giữa hai nước Việt Nam và Mỹ. Tội nghiệp ông Thống. Ông vô cùng mừng rỡ. Chúng tôi kết hợp con cái đi Mỹ. Thế là hai vợ chồng và 4 đứa con chúng tôi đến North Carolina giữa năm 1984. Như vậy, tính đến nay chúng tôi sống chung với nhau gần 18 năm.

Ngồi nghe bà điểm lại quá khứ của bà sống với ông Thống, và nhớ lại cuộc đời của bà, những lúc bà sống với Vinh, với Bob, với người chồng cuối cùng của bà, Trọng thấy những điều u-uẩn bà mang nặng bấy lâu nay, khiến bà chuốc lấy triệu chứng trầm cảm nặng, khiến tâm linh bà mang nhiều sắc thái, lúc siêu thoát, lúc trần gian. Nhưng ở dưới đáy tận cùng của tâm linh bà, đó là tấm lòng chân chất và trung hậu. Tình yêu của bà với mỗi người đàn ông bà đã sống chung, bắt đầu mỗi người một khác, nhưng cuối cùng bà đã yêu thương tất cả những người chung chăn gối với bà với tất cả tấm lòng chân thật và trung hậu.

Bà nhìn đồng hồ, bà đứng dậy xin kiếu Trọng ra về. Bà cám ơn thì giờ quí báu mà Trọng đã dành cho bà. Trọng đáp lại lời cám ơn của bà, và tỏ lời:
- Rất tiếc không giúp được gì cho ông ở nhà trong lúc này, tuy nhiên tôi muốn đến thăm ông tại bịnh viện.

Sau khi cho Trọng địa chỉ bịnh viện, số điện thoại, số phòng, bà Sương lầm lũi ra về.

Trọng đến thăm ông Thống vào lúc 3 giờ chiều. Ông nằm phẳng phiu trên giường bệnh. Con người của ông vốn đã gầy trơ xương, Trọng cứ nghĩ ông giờ này kiệt sức. Chợt thấy Trọng đến, ông liền đứng dậy bắt tay Trọng và ngỏ lời cám ơn Trọng đã bỏ thì giờ quí báu đến thăm ông. Trọng thật sự xúc động trước những lời lẽ chân thành của ông. Nhìn cái bụng cổ chướng và màu da đất sét của ông, Trọng biết ngay là ông không còn nhiều thì giờ nữa. Ngày tháng và thời khắc của ông đã bắt đầu điểm. Trọng đáp lễ với ông bằng cách nắm bàn tay của ông trong lòng hai bàn tay của Trọng. Ông vốn dĩ là người ít nói, hôm nay ông lại nói rất chậm, đắn đo suy nghĩ. Những điều ông sắp nói cho Trọng sau đây là những điều ông suy nghĩ trong nhiều năm tháng. Lần đầu tiên Trọng nghe ông gọi vợ bằng "bà nhà tôi", thường thì ông chỉ gọi 'mụ ấy' mặc dù lúc nào ông cũng hết sức kính trọng yêu thương bà.

Ông Thống nói:

- Thưa bác sĩ, tôi nghe bà nhà tôi nói mấy hôm rầy bác sĩ sẽ đến thăm tôi, vì thế tôi có ý đợi bác sĩ đến, để thưa bác sĩ vài điều.

Nói đến đây ông ngừng một chập, thật lâu, vừa suy nghĩ vừa nhìn vào mắt Trọng, ông nói tiếp:

- Bác sĩ Karnov cho tôi hay là tôi bị ung thư gan. Có lẽ không do thuốc độc khai hoang Dioxin, của Mỹ. Ông đã kiểm nhận qua máu của tôi, không có yếu tố hóa chất nào chứng minh điều đó. Lặn lội trên khắp chiến trường trong suốt hơn 20 năm, giờ ôm bụng chịu chết vì ung thư gan. May mà không phải thuốc khai hoang, Dioxin, của Mỹ. Nếu rủi mà như vậy thì làm sao lịch sử có thể soi rọi bóng tối sâu thẳm nầy. Bác sĩ Karnov cũng ở trong lục quân của Mỹ, đã từng tham chiến tại Việt Nam, cho nên ông rất thông cảm với tôi. Tôi nài nỉ ông ấy nhiều lần cho tôi biết tôi còn sống được bao lâu nữa? Cuối cùng ông cũng ước đoán không quá 18 tháng. Ông cũng khuyên tôi nên thu dọn càng sớm càng tốt. Tôi cũng làm việc với tất cả các con của chúng tôi và 'bà nhà tôi'. Tất cả đều đồng ý với quyết định của tôi là tôi sẽ về chết chôn tại Buôn-Mê-Thuộc. Ở quê nhà tôi còn hai thằng con trai lớn. Tất cả đều thành gia thất. Thằng cả đang ở tại nhà của tôi tại Buôn-Mê-Thuộc, nhà của tôi trước 75. Buôn-Mê-Thuộc là quê hương của tôi, tôi sanh ra tại đó, lớn lên tại đó. Cuộc đời của tôi chôn chặt dưới màu đất đỏ ấy. Cộng sản có thể chiếm đoạt quê hương tôi. Cộng sản có thể tước đoạt quyền bảo vệ tổ quốc của tôi. Nhưng Cộng sản không thể nào thủ tiêu được lòng yêu quê hương của tôi. Tôi hy vọng bác sĩ đồng ý với vợ con tôi, cho tôi trở về non sông đất nước, trả tôi lại cho tổ quốc. Nói đến đây ông dừng lại một hồi lâu, tuy thế bác sĩ Trọng cũng không dám cướp lời ông. Ông nói tiếp:

- Thưa bác sĩ tôi còn một ý nguyện nữa: tôi phải về để bốc mộ vợ tôi. Bà nằm ở đó đã 25 năm rồi. Mưa gió tội nghiệp bà. Tôi sẽ đem bà về nằm gần nhà, ở Buôn-Mê-Thuộc. Sau này con tôi sẽ đặt tôi nằm bên cạnh bà.

- Sao ông lại hỏi tôi như vậy? Trọng hỏi. Đó là quyết định to lớn quan hệ tới vợ con ông, gia đình và tổ quốc. Tuy nhiên tôi cám ơn ông đã cho tôi vinh dự vô cùng to lớn ấy là được tham dự chuyện nhà của ông. Còn chuyện chúng ta quay đầu về tổ quốc là sự lựa chọn vô cùng chính đáng.

Ông Thống quay lại bảo vợ lấy cái phong bì đè dưới gối, trong đó có tờ di chúc ông viết cho vợ con ông. Bà Sương trong suốt hơn một tiếng đồng hồ ngồi yên nghe chồng bà nói chuyện với Trọng, bà liền đứng dậy đến lấy phong bì đưa cho Trọng. Vì xúc động mắt của Trọng nhoè cả chữ. Trọng đọc thóang qua và chỉ nhớ vài giòng cuối cùng ông viết cho các con riêng của ông: "Các con tiếp ba phụng dưỡng mẹ Sương của các con. Tuy bà không phải là mẹ đẻ của hai con, nhưng điều chắc chắn là nếu không có bà, thì không có cha con ta được như hôm nay. Có thế, ba mới yên lòng về với tổ quốc, với mẹ đẻ của các con, bà đang chờ đợi ba..."

Từ giả ông Thống, ra khỏi bịnh viện lúc 5 giờ chiều, trời Chicago lạnh, anh dừng lại, ngước cổ kéo áo chòang cao hơn, Trọng chợt thấy hàng chữ điện tử trên nóc ngân hàng chỉ đúng hôm nay ngày 30 tháng Tư. Tim anh se lại. Anh cúi xuống, mở cửa bước vào trong xe. Ngồi vào ôm tay lái. Bóng tối vừa phủ xuống thành phố Chicago. Trọng lái xe hướng về nhà nhưng anh có cảm tưởng anh đang đi về một nơi vô định.../.

Oakpark, Illinois-USA
tháng Giêng-2002

QUÊ HƯƠNG VÀ LƯU ĐÀY

(Tên của các nhân vật đều là hư cấu. Nếu có sự trùng hợp xin đừng ngộ nhận)

Năm 1999 tôi về thăm nhà. Lúc ấy anh tôi 74 tuổi. Anh trông yếu hẳn đi. Tóc anh bạc trắng. Xót cho anh, tôi nói:

- Mấy năm đi tù cải tạo bị ngược đãi, tóc anh bạc phơ.
- Đi tù cải tạo là tai-trời-ách-nước, người miền Nam, bên này vĩ tuyến 17, sau 1975, ai mà không đi 'tù cải tạo', kẻ đó không phải là người miền Nam. Không phải tại bị ngược đãi, tóc anh bạc trắng, người anh gầy, vì anh giống má. Nói xong anh cười. Thấy tôi đang nhìn và quan sát nhà cửa của anh vừa được tân trang và xây cất thêm phòng ốc, vừa chỉ tay chung quanh, anh vừa nói:
- Tất cả là do tiền của mấy đứa con ở Florida gửi về, tụi nó yêu cầu tân trang lại nhà cửa và xây cất thêm phòng ốc để có chỗ cho tụi nó ở mỗi khi dẫn vợ con về thăm nhà. Thấy tôi đang ngắm nghía bức tranh *"Bến Hồng Quảng"* của Nguyễn Gia Trí đang treo trên tường, anh nói:

- Đó chỉ là *copy*. Kỹ thuật ấn loát của họ bây giờ khéo đấy chứ? Chú còn nhớ cụ Trí? Cụ Trí thuộc Quốc Dân Đảng, có một thời sống lưu vong bên Trung Quốc với Nguyễn Tường Tam, Nguyễn Tường Long, Nguyễn Hải Thần...Sau 54, chạy nạn cộng sản, cụ Trí di cư vào Nam, có cả người em trai của cụ nữa, sinh sống tại Saigòn. Ấy thế, mà mấy ông cách mạng 'gan' thật, dám kéo cụ Trí về phía họ. Dám bảo cụ Trí là người của cách mạng, và họ 'quốc hữu hóa' các bức tranh của cụ Trí. Hay thật. Họ đâu có tước đoạt gì cụ Trí. Tài-sản-của-quốc-gia mà lại...

- Em chưa hề gặp cụ Trí ở Sàigòn, tôi nói, nhưng em biết cụ Trí sau khi di cư vào Nam, cụ có vẽ cho nhà thờ Mai Khôi, trong khung viên của Cercle Renaissance của em ở, một bức tranh rất đặc biệt: Chân Dung Đức Mẹ, cụ Trí vẽ Đức Mẹ mặc áo tứ thân, đứng trên tòa sen. Bức tranh thật ấn tượng.

Những lúc ấy anh em chúng tôi nói chuyện với nhau rất nhiều, nhưng anh tôi tuyệt nhiên không nhắc nhở gì đến thân phận bèo bọt của anh trong suốt những năm tháng sau ngày 'Giải Phóng' đến bấy giờ. Chị dâu của tôi, vợ của anh, có vẻ ấm ức, muốn anh tôi nói cho tôi nghe những chịu đựng gian khổ của anh. Anh tôi chỉ mỉm cười:

- Không ai có thể chia sẻ trọn vẹn sự đau đớn của người khác được cả. Và cũng không có ai có thể nói hết được sư đau đớn của riêng mình. Họa chăng chỉ có thuyền mới hiểu được biển. Thuyền và biển đều câm nín cả. *Đạo khả đạo phi thường đạo*...Nói xong, anh cười phá lên.

Đến buổi ăn trưa, tôi có cảm tưởng anh chị tôi thiết đải vợ chồng tôi, vì bữa ăn tại gia đình nhưng thịnh soạn. Chị dâu tôi nấu cơm gà Phan Rang thơm lừng. Có mắm gừng, có bia Heineken. Hình như đọc được ý nghĩ của tôi, anh tôi bảo:

- Dù sao, có chú thím về anh chị cũng phải...Nhưng sự thật thì bữa ăn hằng ngày của vợ chồng tôi được cải thiện rất nhiều trong 6 năm qua, kể từ ngày các con ở Mỹ ăn nên làm ra, tụi nó gửi tiền về... Anh nhìn vợ tôi, anh hỏi:

- Sau gần 20 năm ở Mỹ, hôm nay lần đầu tiên thím ăn cơm trưa, chắc thím có cảm giác lạ lắm phải không? Thú thật với thím, tôi cũng vậy, hồi năm 62, trở về nhà, sau hơn một năm ở Mỹ, tôi ngạc nhiên hết sức khi thấy mình ngồi lại ăn cơm trưa với vợ con, với gia đình như người Mỹ ăn *dinner* vậy.

Câu chuyện anh vừa nói làm tôi nhớ lại anh là một sĩ quan Không Quân, đã có hai năm sống ở Mỹ: 1961, và 1970. Ấy thế mà năm 1975, anh nhất định không đi. Anh yêu nước biết dường nào.

Chị dâu tôi bảo:

- Cầm đũa mời hai em ăn đi ông, quá 12 giờ rồi...
- À, mời chú thím... mời bà, anh tôi bảo.

Vì thương anh tôi, chị dâu tôi muốn vợ chồng tôi, nhất là tôi, *(vì anh chị tôi nuôi tôi từ hồi tôi còn nhỏ)* phải chia sẻ những gian khổ của anh tôi trong hơn 20 năm qua sống dưới Chuyên Chính Vô Sản, chị nói trong ngậm ngùi và cả nước mắt nữa:

- Khi ông ấy được *'lệnh tha'*, về với gia đình, ở trong trại tù, ăn đói, ông ốm nhom, gió xô cũng ngã. Bữa cơm đầu tiên mẹ con tôi cũng nấu cơm gà cho ông ấy. Tay ông cầm đũa gắp miếng thịt gà mà cứ run run, ông đưa vào miệng ngậm một hồi lâu mà nước mắt ông ràng rụa ông ậm ực: "*Ừm! Gần 5 năm!*"

Anh tôi đưa tay vuốt lưng chị dâu tôi, vỗ về:
- Thôi bà, đó là quá khứ. Quá khứ của nhầm lẫn...Chú thím, cũng như nhà tôi, nên quên cái thời đó để vui sống. Bây giờ là thời mở cửa, thời cởi trói, đổi mới rồi. Thời nào chúng ta sống theo thời đó cho nó ổn. Đâu có phải chỉ có những người tù cải tạo như chúng tôi là sống khổ, đói khát. Việt Minh họ cũng vậy. Tháng 10/1955 bộ đội Việt Minh về tiếp thu thủ đô Hà Nội, trong một bữa tiệc khỏang đải, cụ Phan Khôi cầm đũa chỉ vào đĩa thịt gà nói một câu cay đắng: *"Chín năm nay, tao mới thấy mặt mày"!* Thời nào cũng vậy, người trí thức sống dưới Chuyên Chính Vô Sản...cũng như chúng ta hôm nay thôi. Anh tôi bắt qua chuyện khác, anh hỏi tôi:
- Chú còn nhớ Trung tá Hạnh, phi công F5? Anh chàng hồi còn Trung úy, có một thời mê Nguyệt 'Mắt Quạ', tiệm 'Phát Quang', trên phố Độc lập, Nha Trang?

Thật sự tôi không nhớ được anh ấy, nhưng tôi cũng phải ầm ờ. Chị dâu tôi bảo:
- Lâu quá, chắc chú quên rồi, chị nói tiếp:
- Vợ chồng tôi mới ra Hà Nội tháng vừa rồi, để đi đám ma anh Hạnh. Trung tá Hạnh và gia đình thoát đi Mỹ vào ngày cuối cùng 29/4/75. Đến Mỹ anh làm việc cho hãng máy bay Lockhead tại Cali, vợ anh Hạnh làm programmer cho American Express. Hai người con ăn học thành danh. Ai cũng có nhà cửa cơ ngơi sống thoải mái. Anh ấy cũng thường xuyên thư từ với vợ chồng tôi. Năm 90, anh ấy đúng 68 tuổi, hãng Lockhead cho anh ấy về hưu. Chắc chú còn nhớ, anh ấy là người Bắc, di cư vào Nha Trang, nhà anh ấy bên cạnh nhà anh chị, hồi còn ở đường Prince Cảnh. Anh Hạnh có người em trai, đại tá ở

phía bên kia, đã từng tham chiến trận Điện Biên. Sau bao nhiêu khó khăn, rào cản, mãi đến năm 1986, hai anh em mới bắt được liên lạc với nhau, và anh Hạnh mới hay bà cụ mẹ anh còn sống. Năm 1989, anh chị Hạnh về thăm bà cụ, và gia đình người em tại Hà Nội. Anh chi Hạnh giúp đỡ người em một số tiền để xây một cái nhà khá lớn và dành cho bà cụ một phòng, và anh chị cấp dưỡng cho bà cụ đều đặn hàng năm. Năm 95, bất ngờ chị Hạnh qua đời vì tai biến đột quị. Từ khi người bạn đời vĩnh viễn ra đi, anh Hạnh cảm thấy hụt hẫng. Con cái thì ở xa, ai cũng thành gia thất. Anh ấy cũng có cháu ngoại cháu nội. Người con gái thì ở Boston. Cậu con trai thì ở New York. Sau khi tham khảo với các con và với người em trai ở Hà nội, năm 96 anh quyết định hồi hương về sống gần với mẹ ngày nào mừng ngày ấy và hy vọng đến khi anh ấy qua đời cũng sẽ được an táng nơi quê nhà. Anh về Hà Nội được 9 tháng thì bà cụ mất. Anh vẫn tiếp tục ở với người em trai. Hai người trông vẫn còn phong độ, đi du lịch đó đây. Năm ngoái hai anh em có ghé thăm vợ chồng tôi, ăn ở đây gần 1 tuần, sau đó anh của chú và hai ông đó đi du lịch với nhau, vào Nam, ra Bắc cả tháng trời. Nói tới đây chị nhìn anh như có vẻ trách móc. Anh tôi liền bảo:

- Đâu cả tháng, để xem nào, hình như có 25 hay 26 ngày. Nhưng đầu tháng vừa rồi anh Hạnh có gọi tôi, cho hay anh nghe trong người hơi khó ở. Nghe vậy tôi nghĩ chắc không đến nỗi nào. Không ngờ năm ngày sau, người em trai, đại tá Phúc gọi cho tôi hay là anh Hạnh đang hấp hối, muốn gặp tôi gắp. Hai vợ chồng tôi bay ra liền, chỉ còn kịp để vuốt mắt anh ấy.

Nói đến đây, anh tôi gục đầu trên hai bàn tay. Tôi nghe anh tôi thều thào: Trung tá Hạnh chết cô đơn quá, không có vợ con bên cạnh, chỉ có quê hương...Tôi nghe chị tôi lập lại với giọng hờn dỗi hai tiếng *"quê hương"*, và chị nói:

- Tội nghiệp anh Hạnh lắm chú thím. Chú thím có biết không? Mai táng anh Hạnh cũng gặp nhiều khó khăn với *chế-độ* lắm, mặc dù em anh Hạnh, nguyên Đại tá, đã từng tham chiến Điện Biên, đi B và cũng tham chiến cả chiến trường Kampuchia nữa. Họ cứ bảo anh Hạnh là ngoại kiều, họ đòi hỏi hạch sách đủ điều, đủ mọi thứ giấy tờ. Khó khăn lắm, tốn kém lắm, 4, 5 ngày sau, khi nắp quan tài gần bậc ra vì thi thể anh Hạnh bắt đầu sình rữa, mới lấy được giấy báo tử vì có giấy báo tử mới có thể chôn được ở nghĩa trang gia đình gần Hà Nội, bằng không thì họ không cho chôn. Ôi mấy ông cộng sản, hành hạ người dân, đến chết vẫn còn hành hạ.
- Nhưng bà biết, anh tôi nói, trước khi vĩnh viễn nhấm mắt, anh Hạnh có nói với anh Phúc là anh không bao giờ hối tiếc đã trở về Hà Nội mặc dù có nhiều bạn bè ở Mỹ nghĩ là anh sai lầm, anh đã chọn quê hương làm chốn lưu đày. Anh đã thỏa mãn được giấc mơ của đời anh, là được chăm sóc kề cận mẹ anh trong tuổi bóng xế của bà và điều thứ hai nữa là anh được chết và chôn tại Hà Nội.
- Ôi, sao ông còn lý tưởng quá, chị dâu tôi bảo, ngày 12/4/75 cả gia đình vợ chồng con cái đã lên ngồi trên chiếc DC10, tại căn cứ Phi Long, Nha Trang, sắp sửa cất cánh, ông nhất định kéo xuống hết và ông bảo với các con ở lại với đất nước, Việt Nam dù sao đi nữa vẫn là quê hương, vẫn là thiên đàng. Sau ngày 30/4/75 ông khăn gói trình diện đi tù cải tạo.

Ông còn nhớ hay ông đã quên rồi ông? Sau câu nói, mặt chị dâu tôi sa sầm nước mắt. Anh tôi nhìn chị tôi yên lặng, không nói được một lời... Lặng thinh một hồi, anh tôi bảo:

- Có hai em về thăm...sau gần 20 năm xa cách. Còn chuyện đó cũng đã gần 30 năm rồi. Tôi xin bà hiểu cho, ai cũng một lần vấp ngã. Rồi anh quay lại nói với hai vợ chồng tôi:

- Hôm nay là 21 tháng Chạp, chỉ còn không đầy mười ngày nữa là đến Tết ta.

Tôi nghe chị tôi bảo:

- Vậy chú thím ở lại đây ăn Tết với vợ chồng tôi, sau Tết rồi hãy về Mỹ.

Chúng tôi ở lại, chia sẻ với anh chị những ngày cuối năm. Có những buổi tối, anh em tôi mang mùng mền ngủ với nhau một phòng riêng. Những câu chuyện trao đổi những lúc tàn canh, tôi nghe giọng nói anh tôi hiu hắt buồn. Nhiều người bạn của anh đã về vĩnh cửu. Tinh thần anh có vẻ suy sụp sau khi chia tay với anh Hạnh, người bạn thân cuối đời anh. Bạn bè anh ở lại với đất nước, không còn mấy người sống sót. Sau khi được 'lệnh tha', một số qua Mỹ vào những năm 90 theo diện Từ Thiện (Humanitarian Operration: H.O.), một số giống anh, từ chối diện 'từ thiện' (H.O), họ ở lại, chết dần, chết mòn trong cảnh cơ hàn, bịnh tật, vì họ bị hành hạ quá nhiều lúc đi tù cải tạo. Anh cảm thấy cô đơn. Có những lúc anh nói như trong mơ "Anh không biết tính làm sao đây? À, hay là anh chị sẽ 'move' qua Mỹ ở, sống chết hôm sớm có bạn bè, có con cháu, có các em. Lặng thinh một hồi lâu, tôi nghe anh uốn mình trăn trở, anh tự trách mình: như vậy, anh chị lại sẽ bắt đầu một hành trình ngược chiều với anh Hạnh sao?

Lúc ấy ngoài hiên nhà hình như trời đang hừng Đông. Tôi giật mình, lâu lắm tôi mới nghe lại tiếng gà gáy sáng.../.

Oct-2004
Oak park, Illinois USA

HỢP LƯU

Trời Chicago cuối tháng Tư vẫn còn lạnh. Tuy thế anh em đi dự buổi họp điều-trị-tập-thể đông hơn thường lệ. Nhiều anh em sĩ quan ở các nhóm khác, không phải họp hôm nay, họ cũng đến. Phòng họp dành cho buổi điều trị tập thể bịnh tâm thần của các anh em sĩ quan H.O. tại Asian Human Services-Chicago rộng và tươm tất, được trang hoàng trang nhã với những bức tranh ấn tượng của Claude Monet, màu sắc hài hòa gợi nhớ về một thuở thanh bình. Các anh chia từng nhóm nhỏ chuyện vãn với nhau. Hôm nay có hai hội viên mới. Hai anh chủ động tự giới thiệu. Các anh cũ và mới nhận ra nhau. Họ kể cho nhau nghe những ai mất, ai còn, những đắng cay lao khổ tủi nhục trong lao tù cải tạo cũng như những buồn tủi cho thân phận đến Mỹ thuộc diện từ thiện H.O. *(Humanitarian Operation)*. Họ cùng nhau ôn lại chắt chiu từng lời những kỷ niệm chiến đấu bên nhau, nhắc lại những con đường, những xóm làng trong chiến tranh, họ cùng nhau đã đi qua. Anh hội viên mới, vừa nhìn thấy Trung tá Đồng, anh liền chạy đến, anh nói lớn:

- *"Đại Bàng"* cũng có mặt ở đây nữa sao? Như vừa sực nhớ điều gì, anh đứng thẳng người, nghiêm túc chào Trung Tá Đồng đúng theo quân phong. Trung tá Đồng chào lại. Cả phòng họp im phăng phắc. Gần 20 cặp mắt nhìn nhau, xúc động. Tiếng giới thiệu của Trung tá Đồng đánh tan sự yên lặng:

- Các anh em, đây là Đại úy Phúc, trưởng tóan viễn thám của Trung Đòan 2, Sư Đòan 1. Hành quân Lam sơn 719, Đại úy Phúc là người vào Tchépone sớm nhất và anh dẫn 4 toán viễn thám ra khỏi Tchépone an tòan.

- Thưa các anh, tôi là Đại úy Phúc. Vâng, chúng tôi vào Tchépone rất sớm, vì chúng tôi là viễn thám. Chúng tôi vào Tchépone trước ngày 6/3/71 rồi sau đó thì đại bộ phận của ta mới vào. Khi tôi vào Tchépone, thì thị trấn Tchépone hòan toàn bỏ ngỏ, quân đội cộng sản rút ra khỏi Tchépone lâu rồi. Tôi linh cảm, mình bị trúng kế. Vô sớm và vào Tchépone sâu hơn ai hết, nhưng rất may được lịnh rút ra khỏi Tchepone sớm nhất. Chậm chân một tí là lãnh đủ. Chúng tôi rút ra khỏi Tchépone về hướng Bắc sau khi ở lại Tchépone hơn hai ngày. Vừa ra khỏi Tchépone vài ba cây số, cả rừng núi dưới chân chúng tôi rung chuyển. Pháo đài B52 đang trút cả căm hờn xuống đầu thù, diệt sạch Tchépone. Nghe đến đây có nhiều anh em thật sự xúc động vì hành quân Lam Sơn-719 gây tai hại cho anh em, cho Quân Đội Việt Nam Cộng Hòa nhiều quá. Đất nước ta mất mát nhiều quá. Hàng ngàn chiến sĩ Việt Nam kể cả hai chiến tuyến đã bị pháo đài B52 cày nát trong lúc giao tranh.

Bất thần, trong đám anh em, có người vừa la lớn:

- Thôi dẹp cái chuyện Lam Sơn 719 đi, quí vị ơi, nhức đầu quá rồi!

Đại úy Phúc xoe tròn đôi mắt nhìn người bạn vừa la lớn. Trung tá Đống nhắc anh Phúc:

- Nhớ, anh đang tham gia buổi điều trị tâm thần tập thể, có tên là "Câu Lạc Bộ 309.81". Nhóm số '309.81' là ước số quốc tế, để chỉ bịnh tâm thần "Hội Chứng Hậu Chiến", nói theo tiếng Mỹ là "Hội Chứng Tâm Thần Sau Chấn Thương và Stress" *(Post Traumatic Stress Disorder Syndromes)*. Trong nhóm điều trị tập thể này có nhiều anh em mất phần nào khả năng tri thức, họ bị triệu chứng mê sảng và ác mộng.

- Vâng, anh Phúc trả lời, chính em cũng bị triệu chứng mê sảng trong lúc ngủ. Vừa chợp mắt là thấy ác mộng. Thức dậy, nhức đầu không làm sao ngủ lại được, thao thức mệt mỏi, chán chường. Vợ em bảo có đêm, em thức dậy, ngồi một mình, mở mắt thao láo nhìn vào bóng đêm. Có lúc em mê sảng, đạp nhầm phải vợ. Nhiều lúc nhớ lại anh em nằm xuống cho tự do, dân chủ, cho độc lâp. Mình cảm thấy hổ thẹn và tội lỗi trong sư sống còn nhục nhã của mình.

- À...đó cũng là tâm thức chung của các anh em đây, Trung tá Đồng đỡ lời anh Phúc, vì chúng ta cùng có chung một quá khứ, ai cũng là nạn nhân của chiến tranh cả. Anh Phúc, tôi nói cho anh biết người vừa la lớn "thôi dẹp cái chuyện Lam Sơn 719 đi" là người sĩ quan trẻ nhất trong Câu Lạc Bộ. Năm 75, anh ta là Trung úy "Dù", anh ấy chuyển sang "Dù" từ Không quân...Ngừng một chập, Trung tá Đồng gọi người sĩ quan trẻ nhất đó:

- Anh Cảnh, sao anh lại đau đầu trong lúc này? Anh có thể cho anh em biết anh gia nhập Câu Lạc Bộ trong trường hợp như thế nào?

- Tôi được giới thiệu gia nhập Câu Lạc Bộ từ bịnh viện tâm thần Chicago Read.

- Nhưng làm sao người ta đưa anh vào Chicago Read?

- Tôi đã nói với các anh em rồi, là đêm hôm đó tôi ngủ không được, đến 2 giờ sáng mà vẫn còn nhức đầu ray rức, nằm đứng không yên, đi lại trong phòng. Tết nhất đến nơi. Đất khách quê người, một thân một mình, buồn. Buồn lắm! Nhớ lại hồi sáng hôm đó, đến văn phòng xã hội xin được tiếp tục trợ cấp xã hội, nghe nữ cán bộ xã hội người Mỹ phóng vấn một phụ nữ Việt Nam bà ấy đang có thai, nhưng không có chồng, không có job. Cũng như mình, bà ta đăng ký xin trợ cấp xã hội. Nghe nó hỏi bà ta những câu thật là mất dạy:

- Mày nói thật cho tao nghe...Mày ngủ với bao nhiêu thằng đàn ông rồi mày mới được cái thai đó?

Vừa nói dứt câu, anh Cảnh bất thần đứng dậy chỉ vào mặt thiếu tá Trường đang ngồi trước mặt, anh quát lớn bằng giọng Phú Cam, Huế:

- Mi là con đĩ...Mi khinh khi bạo ngược cư xử với người khác như là con đĩ, chính mi trước hết phải là con đĩ. Phải không các anh hỉ?

Người bạn ngồi bên cạnh anh Cảnh, kéo anh ngồi xuống, và hỏi nhỏ anh:

- Cô ấy nói tiếng Mỹ mà anh nghe cũng được sao?
- Ở đời nhiều cái bất công lắm, anh Cảnh nói, khốn nạn lắm. Năm 1970 tôi là sinh viên sỹ quan không quân, phi công. Thầy dạy tôi, các sỹ quan không quân Mỹ, tôi bay với họ, tôi học lái với họ, dĩ nhiên chúng tôi trao đổi với nhau bằng tiếng Mỹ, không một vấp váp. Năm 71 tôi được đi học khóa bổ túc lái trực thăng tại Clark Field ở Phi Luật Tân. Trước 75 với các sĩ quan Mỹ, tôi nói tiếng Mỹ thế nào họ cũng nghe, cũng hiểu, đối đáp tường tận. Nhưng khi đến Mỹ với thân phận tỵ nạn, mình nói tiếng Mỹ chỉnh đốn cách mấy đi nữa cũng bị họ "Quát" *(What you say.* Đến Mỹ tôi biết trước, sau 6 tháng họ cắt trợ cấp xã hội, mình phải tự sanh nhai. Điều đó cũng đúng thôi, không ai có thể cõng mình mãi trên lưng họ, mình cũng không muốn ngồi mãi trên lưng ai, hay sống bám vào ai. Đến Mỹ việc đầu tiên là tôi lo đi tìm job. Có công ăn việc làm, mới hy vọng còn có

ngày 'đứng lên' chớ. Nhưng oái oăm thay, không ai chịu nhận tôi. Họ bảo tôi không biết tiếng Mỹ hay nói tiếng Mỹ ngọng. Có "ông" chủ nhà hàng ăn uống, lên mặt thầy đời bảo tôi:

- Mày về học tiếng Mỹ thêm vài ba năm nữa, rồi trở lại đây tao sát hạch thử nếu được thì tao cố gắng vì nhân đạo cho một chân rửa chén để mà sống

Nghe nó nói thế tôi quát thẳng vào mặt nó:

- Ngày xưa trước 75, tại Việt Nam, tao nói tiếng Mỹ thế nào đi nữa, những thằng sĩ quan Mỹ ngay cả cấp 'tá' ngon lành hơn mày nhiều, đều biết và hiểu tao nói những gì, đều *"Yes Sir"*. Bây giờ tao đến Mỹ, tao nói tiếng Mỹ đứa nào cũng vặn vẹo, cũng *'quát' (what you say),* ngay cả những thằng cà bơ như mày...

Nó cũng không vừa gì, nó cũng điên tiết, quát thẳng vào mặt tôi:

- Ngày xưa tại Việt Nam tao cần mày. Bây giờ tao mướn mày có lợi gì cho tao? Tất cả chỉ vì lợi nhuận. Tại Việt Nam tao cần mày chỉ vì lợi nhuận cho tao...

Thế là mộng rửa chén của tôi không thành.

Nói đến đây anh Cảnh dừng lại để thở... Anh nói tiếp:

- Không phải chỉ vì sự kiện đáng buồn của buổi sáng hôm đó thôi đâu. Đêm hôm đó lúc nào tôi cũng nghe tiếng gào thét của bọn Việt Cộng vây quanh nhà tôi lúc nửa đêm hồi năm 76, sau khi tôi vượt khỏi nhà tù cải tạo ở Trảng Lớn: "Thằng 'giặc lái' trốn về đây mau ra đầu hàng, nếu không thì đền tội. Đền tội bằng cái chết của mày chưa đủ đâu nếu mày đầu hàng trễ". Tôi nghe tiếng thét, tiếng gào như vậy suốt hơn ba tháng rồi, nhất là lúc chiều tối. Tối hôm ấy vì nhiều vấn đề dồn dập đến như vậy cho nên đến 3 giờ sáng tôi vẫn không ngủ được. Lúc đó mắc tiểu, nên tự động mở cửa nhà ra đứng đái giữa đường. Bỗng đèn vàng chiếu thẳng vào mặt tôi, rồi đèn đỏ đèn xanh chớp nhoáng lia lịa, xe cứu thương hụ còi. Hình như một cánh tay nào đó trùm lên người tôi một cái mền ấm. Lúc đó thì tôi hết biết gì nữa...Khi tôi tỉnh dậy mở mắt ra, đã 9 giờ sáng, tôi thấy bác sĩ Trọng đứng bên cạnh giường tôi. Bác sĩ Trọng chào tôi và cho tôi hay là trong đêm qua tôi mê sảng chạy ra ngòai đường lúc nửa khuya, trần truồng dưới lạnh không độ F. Tôi được cảnh sát cấp cứu và tôi đang nằm tại bịnh viện tâm thần Chicago Read. Vài hôm sau bác sĩ Trọng nhận tôi về đây. Ngày tôi trình diện bác sĩ Trọng tại đây đúng vào ngày mùng một Tết ta...

Có tiếng ai nói ở đầu bàn họp:

- Nghe sao giống anh Bằng vậy? Hình như anh Bằng cũng bị cảnh sát lượm lúc nửa đêm, họ chở anh vào nhà thương điên và cũng bác sĩ Trọng lãnh anh về đây phải không?

Bị hỏi bất ngờ anh Bằng có vẻ giận. Anh trả lời bằng giọng nói trầm trầm của người già miền biển, anh sanh tại Hải Phòng:

- Trường hợp của tôi khác với anh Cảnh. Mỗi người một phần số riêng, không ai giống ai cả! Anh Cảnh là Không quân và Dù. Tôi thì ngược lại. Tôi là Hải quân. Tôi là hạ sĩ quan, chuyên về cơ khí. Tôi là lính của Công Xưởng Hải Quân VNCH tại Cầu Đá Nha Trang. Năm 1961, dưới thời Tổng Thống Ngô Đình Diệm tôi được gửi đi tu nghiệp 1 năm tại công xưởng hải quân Mỹ, tại Philadelphia. Năm 1975 tôi là Trung úy. Cộng sản vì biết tôi có tu nghiệp tại Mỹ mà lại từ hạ sĩ quan tôi ngoi lên được Trung úy, họ nghi tôi làm tình báo cho Mỹ. Cộng sản bắt tôi đi tù cải tạo tận ngòai Bắc, Quảng Ninh. Tàu đổ chúng tôi xuống cảng Hải Phòng. Trong lúc chờ đợi xe lửa bốc đi Quảng Ninh, tôi nhìn lại Hải Phòng, nơi chôn nhau cắt rốn của tôi, thiên đường của tuổi thơ, bây giờ đổ nát, trông như một thành phố hoang phế. Nói thật với anh em, tôi khóc.

Sau tám năm đi tù cải tạo tận ngòai Bắc, Quảng Ninh rồi Nghệ Tỉnh, Lý Bá Sơ, tôi về lại nhà tại Phước Hải, Nha Trang. Bây giờ mình nhìn sự đổ nát của gia đình mình: vợ già hẳn đi còm cỏi, ngồi bán thuốc lá ở đầu hẻm. Còn con, đứa lớn đạp xích lô, đứa nhỏ chạy rong chôm chỉa, hay còm lưng trên chiếc bơm xe đạp mà kiếm cơm độ nhật. Đến năm 1992 tôi biết mình được đi Mỹ theo diện H.O. như các anh. Lúc đó tôi vừa ngòai 60. Các con tôi có gia đình. Vợ chồng tôi có cháu nội, cháu ngoại. Vợ tôi nhất định thương con thuơng cháu không chịu đi.

Thằng cả nhà tôi nó cũng khuyên tôi không nên đi. Nó tố giác cái tâm địa hắc ám của cộng sản: "lại một lần nữa họ lợi dụng những chiến sĩ VNCH như một mặt hàng để họ trả giá lẫn nhau. Tất cả chỉ vì lợi nhuận cho họ!"

Chợt trên hàng ghế phía sau, có người cầm cú đấm giơ cao, phát biểu:

- Nói thật lúc đó chúng ta ai cũng biết sự thật bỉ ổi như vậy. Nhưng ai cũng quyết tâm bất cứ giá nào cũng phải thoát khỏi kềm kẹp của Chuyên Chính Vô Sản. Lúc ấy chúng ta đang sống thiếu dưỡng khí và người Mỹ mang bình dưỡng khí cấp cứu lại cho chúng ta đúng lúc. Chúng ta vô cùng nhớ ơn người Mỹ. Còn vấn đề chính phủ Mỹ và Cộng sản làm ăn với nhau như thế nào trên số phận của chúng ta, chúng ta không cần biết đến. Không có vấn đề luân lý hay đạo đức trong hành vi chính trị. Lợi nhuận của họ là trên hết.

- Vâng, anh Bằng nói tiếp, lúc ấy thật sự tôi cũng lấn cấn chưa biết tính sao nhưng điều chắc chắn là phải ra đi. Cộng sản vùi dập tôi dữ dội quá, mỏi mòn quá rồi. Không chịu nỗi nữa. Tôi thuộc diện đặc biệt: không những là Ngụy quân mà còn là "Bắc Kỳ Công giáo di cư của Diệm". Tôi phải giải bày cho cả gia đình tôi nghe, nhất là bà nhà tôi. Tôi qua Mỹ vài ba năm tôi sẽ về thăm nhà, thăm bà, thăm con cháu. Như ai cũng thấy, biết bao người vượt biên đã về thăm quê hương. Tôi cũng giữ lời hứa với vợ tôi, tôi cũng vừa về thăm bà hồi năm ngóai.

Có điều hồi khi đến Mỹ, cũng như anh Cảnh, sau 6 tháng 'nó' cắt hết tiền trợ cấp xã hội và phiếu thực phẩm. Ban đầu, cứ tưởng mình già, "nó" chỉ hăm he vậy thôi, đâu ngờ nó làm thiệt. Lúc đó tôi phải quơ quào kiếm ăn vì tôi chưa đầy 65 tuổi. Tôi cực lực đi tìm việc làm nhưng không có người nào chịu mướn tôi, ngay cả công việc chùi nhà rửa chén. Họ chê tôi già, không biết nói tiếng Mỹ.

Đến đây anh Trần Sáu lên tiếng phân trần:

- Già như anh, như tôi, dù cho mình có nói tiếng Mỹ hay đi nữa nó cũng không mướn. Nó hỏi những câu hỏi quái dị, những đòi hỏi ngoan cố, phi lý, thái quá, của kẻ thắng thế, của kẻ mạnh hơn. Tôi xin việc chùi nhà, làm vệ sinh, nghĩa là lao công chùi cầu tiêu đấy, thằng Mỹ phỏng vấn tôi, nhìn tôi từ đầu đến chân, thiếu điều nó bảo mình nhe răng cho nó xem, như người ta xem răng bò răng ngựa vậy. Nó hỏi: "mày 60 rồi hả? Mày có bằng hành nghề lao công chùi nhà không?". Các anh xem! Câu hỏi vô lý chưa? Mình mới tới Mỹ chưa đầy sáu tháng, làm sao mình có bằng cấp hành nghề đươc. Thằng Mỹ sau đó, nói với tôi: "mày không có bằng hành nghề, làm sao tao dám mướn mày". Rồi nó ca tụng tôi nào là tao biết mày là sĩ quan QĐVNCH, nào là mày đánh giặc hay, mày xứng đáng cái job tốt hơn. Nó cảm ơn tôi. Tôi ghê tởm cái lịch sự giả dối bề ngoài của tụi nó. Cái job chùi nhà, chùi cầu tiêu, rửa hố xí đâu có liên quan gì đến việc đánh giặc hay, đánh giặc dở. Đúng là thằng xỏ lá...Và anh Trần Sáu đi đến kết luận:

- Mong các anh em thông cảm cảnh ngộ những người đến Mỹ tuổi trên 60 như anh Bằng và tôi...

Anh Bằng nói tiếp:

- Vì thế tôi mới làm nghề tự do, đi lượm lon nhôm về bán lại, là bạn thân với những đống rác, với cống rãnh. Thùng rác nào tôi cũng dí mũi vào. Cũng nhiều khó khăn lắm. Trên nước Mỹ này cái lũ yêu nghề tự do như tôi không phải là ít. Nước Mỹ, nghề nào cũng có cạnh tranh cả. Có thế nước Mỹ mới tiến bộ. Cho nên nhiều hôm chỉ 'đổi' được 5,7 đồng, tháng nào cũng ăn đói, hụt tiền trả tiền nhà làm phiền toái mấy người ở chung. Mùa Đông! Lại mùa Đông! Tôi đi lượm lon nhôm mù cả mắt mà chẳng được mấy cái. Trời lạnh căm căm đói lã người. Tôi không biết gì nữa và cứ đi như một phản xạ. Đến khi hòan hồn thì thấy đã 2 giờ sáng mà cũng không biết mình đang ở nơi đâu, đâm ra hoảng hốt, ngồi xuống vệ đường giữa trời khuya lạnh. Cảnh sát tưởng tôi là tên vô gia cư, homeless, nó nhào đến hỏi. Thấy tôi ú..a..ú..â... nó tưởng tôi điên và vô gia cư, cho nên nó đưa tôi vào nhà thương điên. Mấy hôm sau, bác sĩ Trọng đến nhận tôi và đưa về đây. Vì thế mới gặp và biết các anh em hôm nay. Chuyện đó đã mấy năm rồi! Nói đến đây anh Bằng mặt cúi xuống. Không ai dám hỏi gì anh ấy câu nào nữa...

Lúc này vừa có một nhóm anh em đến trễ. Trong nhóm này có anh Hậu. Anh Hậu nhìn ra anh hội viên mới, anh Quân. Anh Hậu nói:

- Sao qua trễ vậy?

Anh Hậu hỏi anh Quân trong một giọng thân mật như người anh cả hỏi thằng em út. Rồi anh Hậu quay lại nói với anh em:

- Anh Quân đi học tập chung với tôi, ở cùng chung một trại với tôi từ Tân Hiệp ra Phú Quốc về Giao Long, chuyển sang Long Khánh, tất cả 8 năm 3 tháng chẳng rời nhau, đã từng ăn cháo cứt với nhau tại Phú Quốc! Nói đến đây anh Hậu cười ngất, đó là sự thật chứ không phải là chuyện thần tiên. Trung úy Quân là lính kiển, truyền tin, bộ binh. Thật sự anh là một nghệ sĩ. Anh là nhà nặn tượng.

Có người vừa hỏi anh Hậu và anh Quân:

- Các anh học tập cải tạo tại Phú Quốc, các anh lại ăn cháo cứt, nghĩa là làm sao?

Sau đó Trung tá Đồng yêu cầu anh Hậu và anh Quân nói rõ thêm về việc các anh "ăn cháo cứt tại Phú Quốc.".

Anh Hậu nguyên là Đại úy cảnh sát Saigòn, Trưởng Phòng Nghiên Cứu Tội Ác Cộng Sản. Anh sinh quán tại Sàigòn. Anh học chưa xong cấp hai. Trước 75 anh có tánh uống rượu. Anh uống rất đúng cữ. Mỗi ngày ba cữ. Mỗi cữ một xị. Anh được cái tánh xuề xòa, dễ dãi, cái gì cũng xa-va. Các thuộc cấp rất thích anh và họ gọi anh là anh "Ba Xị". Mặc dầu là người lớn tuổi trong nhóm, nhưng tánh tình vui vẻ. Anh em trong nhóm có gì cũng thích bàn bạc với anh vì anh thẳng thắng không câu nệ, trừ phi anh lên cơn nhức đầu. Anh Hậu nhắc lại chuyện cũ. Tôi gặp anh Quân tại Trung Tâm 3 Nhập Ngũ, vào ngày trình diện 26/6/75, cùng với khỏang 3000 anh em khác. Ở đó 4 ngày, sau khi 'thanh lọc', họ đưa vào khỏang 2000 người trong đó có chúng tôi lên Tân Hiệp, Biên Hòa. Ở Tân Hiệp được 6 tháng thì họ chuyển chúng tôi xuống bến Tân Cảng Saìgòn. Khi họ lùa cả ngàn người nhốt dưới hầm tàu, có thể nói anh em chúng tôi biết được 'cay đắng mùi đời' từ thuở đó. Các anh có thể tưởng tượng mọi chuyện kỳ lạ, quái dị rùng rợn ở trên đời, nhưng các anh cũng không thể tưởng tượng nỗi cộng sản có thể nhồi bẹp cả mấy trăm người trong cái hầm tàu nhỏ như cái bàn tay của con tàu cũ han rỉ của Hải quân ta chê, bỏ lại. Lúc đầu chúng tôi nghĩ đây là vụ thủ tiêu tập thể, khỏi cần dùng đến hơi ngạt. Các anh có thể tưởng tượng mỗi người được 4 tấc vuông, ngước cổ lên là đụng phải nóc hầm tàu. Ăn cũng ở đó. Ỉa đái cũng ở đó. Lon đựng nước đái cũng là lon đựng nước uống. Nói thật họ cũng để một dãy thùng phuy cho anh em đi ỉa. Ban đầu còn có người đi, nhưng sau không còn ai đi nữa, vì ai cũng đuối sức, mệt lả người. Cộng sản bỏ mặc các thùng phuy ở đó. Có cái cứt đái tràn ngập, không ai đem đi đổ hay điều động người đi đổ. Chỉ có 8 tiếng đồng hồ sau khi rời bến, hơi người ở dưới hầm tàu bay ra ngòai hiên tàu gặp gió mát biển biến thành hơi nước nhỏ giọt ngay trên hiên cửa sổ của hầm tàu. Như vậy trong hầm tàu oi bức biết chừng nào. Ngày thứ hai mình mẩy ai cũng dính cứt, cũng thối cứt, ai ai cũng cứt, đâu đâu cũng cứt. Ngay cả khẩu phần lương khô của Trung Quốc khi đến tay mình cũng bay mùi cứt. Dòi bò trên khắp người, trong tóc, sợ nhất nó chui vào lỗ tai. Khó thở ngột ngạt, ngất xỉu. Không ai cưú ai được. Cộng sản dĩ nhiên họ lờ. Nhưng có một điều cộng sản họ không ngờ được là sức chịu đựng của anh em ta rất phi thờng. Sau ba ngày hai đêm chúng tôi vẫn sống nhăn răng. Người cộng sản Việt Nam cư xử với anh em tệ quá, dã man quá, không tình không nghĩa. Đúng 5 giờ chiều thứ ba thì tàu cặp bến. Anh em Hải quân trong đám, nhận ra ngay đó là đảo Phú Quốc. Chúng tôi được lệnh tẩy uế. Tàu vừa há mồm là chúng tôi nhào đại xuống biển chẳng kể cạn sâu. Sau đó họ đem các thùng phuy đựng cứt và nước đái trong các ngày qua đem xuống biển rửa qua loa. Ngay chiều tối hôm đó họ nấu cháo. Họ mang cháu nóng đổ vào thùng phuy đó, có thùng còn dính cứt, cho chúng tôi ăn. Lúc đầu tôi với Quân hai thằng không thấy đói, không ăn. Nhưng sau rồi cũng phải ăn. Bát cháo chúng tôi là cháo đáy thùng, cháo đứa nào cũng lợn cợn cứt. Đại để "ăn cháo cứt tại Phú Quốc" là vậy.

Có người hỏi:

- Các anh ở Phú Quốc bao lâu? Công an hay Bộ đội quản giáo các anh?

Anh Quân nói:

- Cái may mắn của chúng tôi ở Phú Quốc là do bộ đội quản giáo. Dù sao cũng là lính với nhau, họ không hắc ám như công an. Như các anh biết đảo Phú Quốc, một đảo lớn trong nhiều đảo của tỉnh Kiên Giang. Đảo này có nguồn lợi về hải sản, cá cơm, cá mòi. Nước mắm Phú Quốc rất nổi tiếng. Trong lòng đất của đảo Phú Quốc có mỏ đá đen làm đồ trang sức rất đẹp. Rừng Phú Quốc còn có gỗ dênh, chịu được nước mặn và hà, thích hợp cho việc đóng tàu bè đi biển. Vì loại gỗ này mà trong lúc chúng tôi đi tù cải tạo tại Phú Quốc xảy ra một chuyện buồn cười ra nước mắt như sau...

Ngừng một chập, như để mọi lại trong trí nhớ của mình, anh Quân tiếp tục

- Chúng tôi ở Phú Quốc 7 tháng, lao động chiếu lệ. Đất hẹp, người đông, vì ngòai chúng tôi còn có một sư đoàn quản giáo. Đến tháng thứ năm thì có một tai biến xảy ra. Vào khỏang xế chiều, chúng tôi đang ngồi trong lều học tập chính trị, chúng tôi nghe tiếng chửi thề oang oang. Nhìn ra thấy hai anh bộ đội cộng sản đang khiêng một ông bạn Ngụy của ta trên cáng cứu thương. Hai anh bộ đội vừa khiêng vừa chạy cho nhanh không muốn cho ai nghe ông sĩ quan Ngụy ta chửi. Anh gọi Hồ Chí Minh là thằng Cộng sản, ác ôn, sát hại đồng bào; Ngô Đình Diệm là thằng độc tài, gọi Nixon-Kissinger là tội phạm chiến tranh ác ôn nhất của loài người. Một anh sĩ quan cộng sản đi bên cạnh chiếc cáng cốt giữ anh sĩ quan Ngụy nằm im, đừng nhảy ra khỏi cáng. Anh sĩ quan cộng sản, giận dữ hỏi:

- Anh chửi lắm thế? Ai anh cũng chửi! Anh chửi Bác, chửi Ngô Đình Diệm, chửi Nixon, chửi Kissinger, tại sao anh không chửi bọn Thiệu, Kỳ, Khiêm?

- Bọn Thiệu, Kỳ, Khiêm, hả? Ông sĩ quan Ngụy vặn hỏi lại. Bọn đó là bọn Việt gian, tay sai hạng bét của Nixon, không xứng đáng được chửi.

Việc đó xảy ra chớp nhoáng không đầy 10 phút mà sau đó thành đề tài cho chúng tôi âm thầm lo lắng cả tháng, sợ tánh mạng anh ấy không an toàn. Ngay chiều tối hôm ấy, cán bộ quản giáo tập hợp anh em chúng tôi và cho hay là anh ấy cùng 5 anh em khác đi lao động đốn gỗ dênh theo yêu cầu của lãnh đạo. Trong lúc hạ cây dênh các anh sơ ý, bị cây dênh ngã đè, khiến một anh gẫy kín xương đùi. Mặc dầu được bất động ngay khi cấp cứu, để cho nạn nhân bớt đau, nhưng khi di chuyển nạn nhân đau ghê lắm, có người ngất xỉu, hoặc la hoảng, chửi rủa.

Anh Hậu giải thích:

- Khi chuyện đó xảy ra tôi không hay biết gì hết vì lúc đó chúng tôi đi kiếm củi cùng các anh em khác. Chiều tối về, tôi nghe cán bộ quản giáo nói mới hay. Mãi về sau này tôi mới biết người bị gẫy kín xương đùi, đó là thằng Chiến, Trung úy Cảnh Sát Đặc Biệt

Sàigòn, Chợ Lớn. Có thời nó về làm việc với tôi trước 75. Nó là thuộc cấp cũ của tôi. Hồi ấy tôi cũng lo tánh mạng của nó thật. Thằng đó chửi ẩu.

Không muốn dài dòng nói về chuyện trên, anh Hậu tự động kể tiếp:

- Ở Phú Quốc 7 tháng họ chuyển chúng tôi về Long Giao (Đắc Lộ). Chúng tôi ở Long Giao 18 tháng. Ở Long Giao chúng tôi làm ruộng, phá rừng làm rẫy. Sau cùng họ chuyển chúng tôi về Gia Rây, Long Khánh. Đến năm 1983 hai thằng chúng tôi được lệnh tha. Tại Gia rây, công an quản giáo hắc ám hết chịu nổi. Năm 1982, vào khoảng tháng năm, trời nóng, lúc xế chiều, sau giờ lao động, anh em xuống lạch nước sông tắm rửa. Tôi mò bắt được một ít vọp (sò) khá lớn. Tôi mãi mê bắt vọp, công an gọi tập hợp tôi đến trễ. Thằng công an, tay cầm đòn gánh, nó bảo tôi có ý trốn trại, nó dùng cây đòn gánh đánh tôi. Tôi tức quá tôi đánh lại nó. Thằng công an nó kinh hải, ngạc nhiên tôi dám đánh lại nó. Hơn nữa tôi có võ, trên cơ nó, tôi tước đoạt cây đòn gánh của nó tôi vụt thật xa, tôi đánh nó bằng tay. Tôi đánh nó sưng mặt, bầm tím con mắt trái. Bọn công an nhào vô 4, 5 thằng, đè tôi xuống, lột hết quần áo tôi, buộc tay buộc chân khiêng tôi nhét vào connex. Tôi phản kháng, tôi chửi bọn nó là quân thô bạo, thú vật, vô luân, và tôi bảo tụi nó: "Bắn tao chết đi. Tao không muốn sống dưới sự áp bức của tụi mày nữa". Bọn

Công an không nói gì hết. Bọn nó tiếp tục nhét tôi vào connex. Tụi nó bảo *"nhốt truồng"* cho đáng tội.

Tôi bị nhốt truồng 28 ngày trong connex. Không tắm rửa. Ăn uống, đái, ỉa gì cũng trong connex. Connex là thùng đựng vũ khí tiếp liệu của Mỹ làm bằng sắt, Mỹ bỏ lại, được Việt Cộng tận dụng trong nhiều việc khác nhau, nhất là dùng nó như là xà lim (cellule) nhốt tù cải tạo trong trường hợp như tôi. Sống trong connex, ngày thì nóng hơn hỏa lò, đêm thì lạnh, thân thể bị muỗi cắn sần sù đen đúa trông không giống ai, đói khát, nhớp nhúa, sức khỏe hao gầy. Khi bị nhốt trong connex, tôi tự an ủi mình, so với những ngày sống dưới hầm tàu trên đường ra Phú Quốc hồi 75, connex vẫn là thiên đường.

Nghe tới đây có người hỏi:

- Sau đó đúng 28 ngày bọn nó có thả anh ra không?

- Đúng 28 ngày sau, họ thả tôi ra khỏi connex. Các anh em mình, có cả anh Quân đến dìu tôi đi. Sau 28 ngày ngồi bó gối, đói khát, tôi đi không vững, lạng quạng. Có nhiều anh em, không nhìn ra tôi vì tôi ốm teo, da như da cóc, muỗi đốt sần sùi. Chính anh Quân và một vài anh em khác tắm rửa, kì cọ và mặc quần áo cho tôi. Sau khi về trại bồi dưỡng được một ngày, tôi phải ra hầu tòa xét xử vì tôi dám đánh cán bộ quản giáo. Chủ tọa phiên tòa là ông phó trưởng trại. Dĩ nhiên là tôi lỗi và phải biết ăn năn, hối cải và tự nguyện không bao giờ dám tái phạm. Tội phạt: "nhốt trong xà lim connex 28 ngày" và tôi đã thi hành bản án, cho về trại. Chủ tọa phiên tòa cũng không quên nhắc tôi: "hãy tập trung lao động tốt thì cũng có ngày được lệnh tha". Đúng vậy, sau đó, giáp đúng một năm tôi được lệnh tha. Cũng như ai, giấy lệnh tha ghi rõ: "học tập cải tạo tốt". Họ quên tội trạng "đánh cán bộ quản giáo".

Sau khi được "lệnh tha", về nhà, tôi bị bọn công an địa phương, phường khóm quản chế cay nghiệt. Nhìn vợ con đói quá, nhưng không biết làm sao được. Hai năm sau, vừa được *"xã chế"*, tôi liều, nhảy ra bán chợ trời kiếm chát để nuôi vợ con. Tôi gặp mấy thằng đệ tử cũ của tôi, không phải đi tù cải tạo, ở nhà mánh mung làm ăn, tụi nó chỉ *"đường-đi-nước-bước"* cho tôi sống. Trong việc *"bán chợ trời"* tôi mới tiếp xúc với "họ" với đồng bào, với con buôn. Tôi mới biết được bộ mặt thật sự của mấy "Ông Cách Mạng". Họ cũng 'vật chất', họ cũng ăn cắp đồ trong cửa hàng quốc doanh, hợp tác xã ra đưa cho chúng tôi bán chia lời. Những 'tên này', rất thực tế, không hề phân biệt Cách mạng và Ngụy, tiền 'đô' thơm hơn 'tiền Bác Hồ'! Nhiều lúc thấy mấy 'ông cách mạng Bắc kỳ' đứng trả giá một cô gái điếm Sàigòn giữa chợ trời mà tôi tởm! Chẳng khác gì những thằng lính Tây thực dân, xâm lăng Việt Nam thuở xa xưa... Một hôm, vào khoảng sau 12 giờ trưa, tôi tìm đến quán cóc, sau Tổng Ngân Khố Sàigòn cũ, kiếm tí gì lót lòng. Tôi kêu một tô bún ốc ngồi nhâm nhi với đế, hút một điếu thuốc lá thơm Sàigòn, và tự cảm thấy mình còn một tí phong lưu. Chợt, một tên, chân đi khập khiểng đến kéo ghế ngồi chung bàn, đối diện với tôi, đầu đội mũ casquette, kéo sụp xuống theo kiểu "Anh Ba Hà Nội". Nó cũng ăn bún ốc. Nghe nó húp xì xà xì xụp theo kiểu nông dân mà phát giận. Tôi nép đầu sát mặt bàn cố nhìn cho ra mặt nó vì tôi nghĩ nó là thằng cớm nào đang theo dõi tôi. Đột nhiên, tôi nghe nó hỏi tôi:

- Anh Ba! Anh quên thằng em này rồi hả?

Tôi giật mình nhìn kỹ, tôi vụt la lớn:

- Mày! Thằng Chiến? Mày còn mạnh giỏi sao mày? Tụi nó thả mày sao? Mày về hồi nào?

Nó rất thản nhiên trả lời:

- Không ai thả ai hết. Tại hồi hôm anh 'xỉn' sớm quá, mới một xị mà anh quệnh quạng, cho nên anh em bảo thằng Út chở anh về

- Ừ, dạo này tao cũng già rồi. Yếu quá rồi...

- Tụi này ngồi lại tiếp tục, đến khuya mới tan hàng...

Lúc đó tôi nhìn chung quanh, tôi giật mình, chung quanh chúng tôi có nhiều công an chìm. Sau đó nó cho tôi hay là nó được lệnh tha thuộc diện sức khỏe, từ năm 1980!

Và anh Hậu kết luận:

- Cũng lạ, phải không các anh?

Anh Đạt châm chú nghe anh Hậu kể chuyện. Có lúc anh cười thích thú. Có lúc anh nhăn mặt bất mãn.

Anh Hậu vừa dứt câu chuyện, anh Đạt đặt ngay vấn đề:
- Các anh có biết đi học tập cải tạo như các anh theo diện Ngụy quân, Ngụy quyền, có qui chế hẳn hoi, sướng hơn anh em chúng tôi nhiều. Đánh cán bộ quản giáo mà vẫn được lệnh tha! Chửi Hồ Chí Minh mà vẫn sống nhăn răng! Các anh chưa qua các cửa ngục: Sở Công An Đô Thành, Đề Lao Gia Định, Khám Lớn Chí Hòa...các anh chưa thấm nhuần đạo lý cộng sản...
Hướng về các anh em, anh Đạt tiếp tục:
- Nếu các anh em đã một lần kinh qua Khám Lớn Chí Hòa thì không bao giờ các anh có thể kể chuyện tội ác của những thằng cộng sản với giọng khôi hài lãng mạn được. Ở Khám Lớn Chí Hòa có một lần mức rõ ràng: Thằng Tù và Cai Ngục. Thằng Tù ở đây đủ loại. Nói theo giáo sư Vương Hồng Sển, nó là "Sàigòn-Tạp-pín-lù": đạo tặc, sát nhân, thường phạm, hình sự, chính trị phạm, cũ có, mới có. Hình như, 'Nội các của ông Cẩn' mới toanh cũng được 'bợ' vào đây hết, trừ những tên co giò chạy thóat vào giờ thứ 25, với điều kiện chú Sam chịu bốc. Thiên Chúa cũng như Phật Giáo đều có "đại diện" ở đây. Sau biến cố ngày 1/4/76 vụ nổ tại công trường Duy Tân, trước Viện Đại Học Sàigòn, các ông văn nghệ sĩ, nhà văn, nhà thơ, hàng hàng lớp lớp đi vào khám lớn Chí Hòa. Văn nghệ miền Nam có lắm thứ: Văn nghệ biệt kích, văn nghê đặc công, văn nghệ quốc gia. v.v...Các

nhà xuất bản, các nhà báo, các nhà trí thức Phật Giáo, Thiên Chúa Giáo, cũng tuần tự đi vào...Oái oăm thay, mấy đời giám đốc Khám Lớn Chí Hòa đều có mặt. Nghiệp báo vay trả, trả vay...

Vào một buổi sáng, đúng 11 trưa, chúng tôi được điều động ra cái sân rộng của khám Chí Hòa, có sân khấu được trang trí cẩn thận và uy nghiêm. Cán bộ chấp pháp, trưởng trại của chúng tôi, xuất hiện, đứng trên bục, nói lớn:

- Trong chốc lác, các anh sẽ nghe đồng chí chỉnh ủy nói về đường lối và chính sách của Đảng, của Chính phủ cách mạng đối với các anh.

Một lác sau, tên chỉnh ủy đến cùng một đoàn tùy tùng: cần vụ, trợ lý, bảo vệ...Hắn mặc đồ dạ, áo đại cán 4 túi, trên ngực hắn đầy những huy chương. Hắn xuất hiện, đứng trên bục cao, mặt hắn đanh lại lạnh như máu cá. Cái cầm của hắn kéo ngược lên, cái vành nón cối của hắn, phía trước kéo chùi xuống chân mày. Hắn nhìn chúng tôi với đôi mắt nheo lại chẳng khác nào một tên phát- xít Đức nhìn lũ Do Thái trong các trại tập trung.

Nó hất hàm, lớn giọng:

- Các anh là những binh lính Ngụy, những viên chức Ngụy, nghĩa là Ngụy quân và Ngụy quyền!

Lập lại hai chữ Ngụy quân và Ngụy quyền, mặt anh Đạt tái lại. Anh quát lớn:

- Ông là Ngụy! Ông là Ngụy! Biết rồi, khổ lắm....

Đoạn anh cười chua chát, anh tiếp tục:

- Rồi...nó bảo: "nào các anh đưa tay phải lên! Đưa cao lên! Cao lên nữa...Các anh tự xóa tóc mình bằng tay phải...Các anh có thấy gì không? Nhất định là có...Phải không? Cái đầu của các anh! Sở dĩ cái đầu của các anh còn đó là nhờ sự khoan hồng của Đảng, và của Nhà Nước Cách mạng...Tội của các anh đúng ra phải chém đầu..."

Trong phòng họp vang lên tiếng 'ồ'

Có ai ở cuối nhóm nói lớn:

- Đâu có phải đến đó là hết. Tên chính ủy còn bảo: khi các anh làm tờ tự thú, các anh nhớ kê khai lý lịch, các anh đừng khai man. Các anh phải thật thà, thành khẩn. Tôi cho các anh biết cách mạng và đảng có cái nhìn thấu suốt tam đại, tứ đại của các anh. Các anh có biết những chỉ thị cơ mật của Thiệu, đều lọt vào tay của Nguyễn văn Ngọ? Sau đó nó lại hỏi: các anh có biết Nguyễn Văn Ngọ là ai không? Nó cũng tự trả lời: Nguyễn Văn Ngọ là cố vấn thân cận của Nguyễn Văn Thiệu...

Nghe đến đây Trung Tá Đồng không nén được sư bực tức, anh nói trong giọng giận dữ:

- Thằng chính ủy nói dóc, nói dối, nó nói lấy được! Lúc đó tôi cũng tin nó thật. Vì có một thời Nguyễn Văn Ngọ làm cố vấn cho 'Xừ' Thiệu. Nhưng sau đó chính Mỹ tố cáo Ngọ là cộng sản nằm vùng. Mẹ! Ai mà hiểu nổi mấy thằng Mỹ. Thiệu phải sa thải Ngọ, cho nó đi tù ở Chí Hòa. Tháng Chạp năm ngoái, sau khi qua Mỹ được 11 tháng, tôi và Đạt, gặp Đức, em thúc bá của Nguyễn văn Ngọ ở khu chợ Argyle, Chicago. Chúng tôi cứ tưởng Ngọ đang béo bổ tại Việt Nam cùng bọn cộng sản. Nhưng tên Đức cho biết là Ngọ “xổng chuồng” khám lớn Chí Hòa vào ngày 28/4/75, sau đó được Mỹ ‘bốc’. Có lẽ vào thời điểm mà tên chính ủy nói về Nguyễn Văn Ngọ với chúng ta trong Khám Lớn Chí Hòa, lúc đó có thể là Nguyễn văn Ngọ đang rảo bước trên đường phố thủ đô Hoa Thịnh Đốn, hay cũng như chúng ta, hắn cũng đang sống chui nhủi một gốc nào đó trên nước Mỹ này. Ai mà biết được? Chính trị! Chiến tranh! Khốn nạn! Chúng ta là một lũ nạn nhân bi thảm. Chúng ta đã oán trách cha anh của chúng ta đã để lại cho chúng ta một quê hương nô lệ, nghèo đói, rách nát. Bây giờ, đến chúng ta để lại cho hậu thế những gì? Chúng ta không để lại được gì cho con em chúng ta, ngay cả một quê hương rách nát. Chúng ta đã đánh mất cả tổ quốc quê hương. Con em của chúng ta, theo cha mẹ lưu vong tại hải ngọai là những đứa trẻ mất nước, mất niềm tin với tổ quốc, mất niềm kiêu hảnh là dân tộc Việt Nam. Chúng ta chịu hòan toàn trách nhiệm về sự mất mát to lớn đó. Làm sao chúng ta có thể cứu chữa tội lỗi ấy trước cộng đồng Việt Nam, trước lịch sử dân tộc?

Trung tá Đồng chán nản, đứng dậy sửa soạn ra về, vừa đẩy ghế vào anh vừa nói:

- Khi chúng ta ở trong trại tù đày lao cải của cộng sản, hay chúng ta đang lầm lủi sống ở đất nước người, chúng ta ít ra cũng có một lần tự hỏi: chúng ta là ai? Chúng ta là những người chân chính yêu nước? Chúng ta bị phản bội? Chúng ta bị lừa gạt? Hay thực sự chúng ta chỉ là những tên nô lệ? Chúng ta là nhưng tên lính đánh thuê phi dân tộc? Hiện tại chúng ta sống ở đất nước người với những ràng buộc nào? Với những lí do gì? Hỏi những người cộng sản Việt Nam, các anh nhân danh ai? Các anh nhân danh những gì? Các anh tù đày lao cải hàng triệu người yêu nước? Các anh vùi dập biết bao sanh linh. Sau hơn 20 năm các anh vẫn chưa giác ngộ. Cả thế giới, cả nước, và chúng tôi đang chờ đợi, các anh chưa có lời tự thú...

Buổi họp kết thúc, anh em ra về. Trọng ngồi lại trễ. Ngoài trời lạnh, đêm xuống thấp dần. Nhìn lên tường anh thấy tờ lịch hôm nay đúng 30 tháng Tư. Anh man mát buồn. Anh đến cửa sổ nhìn xuống đường, anh thấy em bé da đen lạnh, chạy đến ôm chân mẹ nó. Người mẹ da đen nghèo khó, vén vội vạc áo chòang lên, em bé chui vào. Bà mẹ phủ con ấm áp. Anh nhớ đến mẹ anh. Năm nay bà 92 tuổi. Bà đang sống những ngày khốn khó tại quê nhà, Phan Rang. Anh yêu bà vô hạn. Anh yêu quê hương tổ quốc. Anh yêu thôn Hà Thanh, Xóm Động, nhỏ bé khô cằn nằm bên đê sông Dinh, Phan Rang, nơi chôn nhau cắt rún, có những đêm chiến tranh, những ngày hòa bình, buổi sáng đầu thôn buổi chiều cuối bãi. Giờ này mẹ anh đang thức giấc. Ngày vừa lên bên ấy, đêm đang xuống bên này, bà lại bắt đầu một ngày hiu quạnh, mong ngóng con về.../.

Oak park, Illinois, USA
May/97

MẶT TRỜI TỔ QUỐC

Kính Anh Chị Lê Thân

Tôi nhận được thư anh chị cách đây mươi ngày. Tôi định viết thư trả lời anh chị hay liền, và cám ơn anh chị đã nhiệt tình đỡ đầu hai quyển sách đầu tay của tôi mà tôi tự xuất bản. Nhưng không hiểu tại sao tôi mãi chần chờ. Đêm nay, tự dưng thức giấc, đọc lại thư anh viết, lòng cảm thấy bồn chồn. Lời thư anh mộc mạc, ngắn gọn, chứa chan tình cảm và nhiều suy nghĩ. Suy nghĩ của anh, của người tuổi đã ngoài 70. Anh đã đi qua nhiều chặng đường lịch sử của đất nước. Tuổi thiếu niên, trước năm 45, anh sống dưới thời lệ thuộc Pháp. Sau ngày Toàn Quốc Kháng Chiến anh ở trong Vùng Độc lập, Liên khu 5, thuộc chế độ Việt Nam Dân Chủ Cộng Hòa. Ngày hòa bình, sau hòa ước Genève 1954, toàn thể các tỉnh của Liên khu 5: Nam, Ngải, Bình, Phú, thuộc bên này vĩ tuyến 17 anh sống dưới chế độ Việt Nam Cộng Hòa...Rồi đến 30/4/75 hay sau đó, cũng như hàng trăm ngàn người khác, anh chạy ào ra Biển Đông. Sống thì thành người tị nạn; chết thì coi đời mình như hạt cát gửi vào lòng đại dương. Nhờ ơn trên, anh qua được bên kia bờ. Anh sống ở Mỹ suốt 30 năm qua. Thư anh viết cho tôi, không hiểu vô tình hay cố ý anh đề vào ngày 30/4/05, đúng 30 năm tỵ nạn:

Los Angeles 4/30/05

Kính anh chị Thể,
Tôi là Lê Thân và vợ là Ngọc, cám ơn anh rất nhiều về việc anh gửi cho tôi hai quyển sách do anh viết.
Sau khi đọc tôi thấy có nhiều điều để chiêm nghiệm và suy nghĩ về cuộc đời riêng của mình...
Sự thật cũng thật là khó nói về những suy tư về cuộc đời của mình!...
Tôi gửi anh tấm check để góp phần in ấn tốn kém

Cám ơn Anh chị nhiều
Lê Thân

Sư thật thì tôi cũng như anh. Tôi suy nghĩ rất nhiều khi ngồi lại trước computer viết thư cho anh, một người bạn xa cách gần 40 năm không gặp nhau. Biết anh ra làm sao? Và tôi viết làm sao với anh bây giờ?

Nhưng khi đọc thư anh tôi thấy có gì khó ở, bứt rứt trong anh. Anh có gì muốn nói, nhưng anh còn ngại. Trong thời đại nửa mờ nửa tỏ của lịch sử, của đất nước như hôm nay cũng như trong quá khứ dài đăng đẳng. Biết đâu là chân? Biết đâu là giả? Chúng ta đã sống qua những thời đại của đất nước. Cuộc đời của chúng ta gắn liền với những dấu mốc của lịch sử...

Năm 1946, sau lời kêu gọi Tòan Quốc Kháng Chiến, cha anh của chúng ta lên dường, với tầm vong vót nhọn. Mái nhà cuả chúng ta, của 25 triệu đồng bào Việt Nam lúc ấy, thiếu vắng bóng dáng người cha, người anh. Chúng ta không thể nào quên được những cuộc bố ráp của quân đội thực dân Pháp, những năm tháng *"tiêu thổ kháng chiến-vườn không nhà trống"*. Những hố tránh bom trong lớp học ngay dưới chân ta, trong suốt gần 60 năm qua vẫn há miệng nhìn chúng ta. Những ám ảnh của thời chiến tranh dài đăng đẳng. Chúng ta đã chán nãn và ngay cả vỡ mộng với những khẩu hiệu rổn rảng những điều xác tín to lớn: *"Thiên Đường Ở Ngày Mai - Độc Lập Tự Do- Bình Đẳng Giữa Con Người Với Con Người- Giữa Các Dân Tộc Anh Em".* Chúng ta sợ phải hô to những khẩu hiệu đả đảo, đả đảo và đả đảo...Đả đảo Bảo Đại...Đả đảo Việt Minh...Đả đảo Việt cộng... Đả đảo Việt gian...Đả đảo bọn tay sai, đả đảo bọn bán nước. Đả đảo thực dân Tây...Đả đảo đế quốc Mỹ... Chúng ta đả đảo quá nhiều rồi, chỉ thấy toàn đổ nát. Cái khẩu hiệu "Đả Đảo" đó đã xé nát tổ quốc chúng ta, đã dựng lên những lô cốt, những chiến hào, những chiến tuyến, gây thêm hận thù.

Và bỗng nhiên, đến 30/4/75 không hiểu từ đâu trong hàng ngũ anh em chúng ta, kẻ trở thành Ngụy, người trở thành Cách mạng. Cách mạng và Ngụy, khác nhau như trắng với đen, kỵ nhau như nước với lửa. Cha là Cách mạng, con là Ngụy. Anh là Cách mạng, em là Ngụy. Chồng là Cách mạng vợ là ngụy. Trước 75, bạn bè thân thiết với nhau. Sau 75, đứa thành Cách mạng, đứa thành Ngụy. Anh là quản giáo của em. Cha là quản giáo của con. Bắc kỳ trở thành quản giáo Nam kỳ. Luân thường đảo ngược, thiên hình vạn trạng...Nền tảng truyền thống gia đình và xã hội hòan toàn sụp đổ. Hàng triệu người vượt biên tìm đất sống. Hàng trăm ngàn người vô sản Việt Nam, nghèo đói, chạy trốn chủ nghĩa Cộng sản. Cả một sự trớ trêu của lịch sử, mâu thuẩn của thời đại. Rồi, có người hốt hoảng bảo *"Mất nước rồi"*- Có kẻ thì bảo *"không",* Tổ quốc vẫn còn đó như mặt trời ngày ngày vẫy gọi ta...

"Sư thật cũng thật là khó nói về những suy tư về cuộc đời của mình", như anh đã viết. Và cụ Tiên Điền cũng từng nói *"biết đâu mà gửi can tràng vào đâu?".* Nhưng dù sao đi nữa, anh vẫn còn có những suy nghĩ, những ray rứt về đời người và đất nước. Tôi hy vọng chúng ta có thể chia sẻ với nhau. Cho dù tổ quốc không còn chúng ta, chúng ta vẫn còn

nguyên tổ quốc, để cho mình sống có lý tưởng. Quê hương lúc nào cũng hiện hữu trong chúng ta, mặc dầu nó mộc mạc, nghèo khó. Không hiểu tại sao khi tôi viết đến những dòng này, tôi lại nhớ đến bài thơ *"Tình Quê Hương"* của Phan Lạc Tuyên. Ông ta viết bài thơ này khi ông ta là Sĩ quan Tâm Lý Chiến, theo đoàn quân Việt Nam Cộng Hòa vào tiếp thu Bình Định 1954. Bài thơ mở đầu với những câu thơ tình tự dân tộc:

Anh về qua xóm nhỏ
Em chờ dưới bóng dừa
Nắng chiều lên mái tóc
Tình quê hương đơn sơ
Quê em nghèo cát trắng
Tóc em lúa vừa xanh
Anh là người lính chiến
Áo bạc màu đấu tranh ...

Và được kết bằng hình ảnh mẹ Việt Nam trong thời khói lửa chiến tranh

Mẹ già như chiều nắng
Nhớ con trai chưa về
Ruộng nghèo không đủ thóc
Vườn nghèo nông tằm thưa
Ngõ buồn thêm hoang vắng
Quê nghèo thêm xác xơ...

Tôi nhớ lại thuở ấy, trên tờ Văn nghệ của Quân Đội Việt Nam Cộng Hòa có kể lại nhiều giai thoại trong những ngày đầu Quân Đội Việt Nam Cộng Hòa-QĐVNCH- vào tiếp thu các các tỉnh Nam, Ngải, Binh, Phú, thuộc Liên Khu 5. Khi đoàn xe gồm cả thiết vận xa của QĐVNCH tiến vào vùng tiếp thu, thì có hàng trăm đồng bào cầm gậy gộc chạy nhào tới đập các thiết vận xa của QĐVNCH trước sự ngạc nhiên đến độ kinh hãi của anh em binh sĩ Việt Nam Cộng Hòa. Sau đó anh em binh sĩ mới hay rằng đồng bào bị Việt Minh tuyên truyền: xe tăng của QĐVNCH làm bằng tòan đồ giả: bằng đất sét, bằng giấy, bằng gỗ...Nhưng có điều lý thú, trong nhóm đồng bào nhào ra tấn công chống lại thiết vận xa QĐVNCH bằng gậy gộc đó, có những nhà trí thức đứng tuổi hay còn trẻ cũng nhào vào tấn công thiết vận xa, cũng hô to khẩu hiệu chống Tây, chống Mỹ, đả đảo bọn Việt gian, bọn tay sai... Nhưng khi nhào đến gần chiến xa, họ ném gậy gộc, họ chụp tay người lính Việt Nam Cộng Hòa họ thảng thốt: "Ông ơi ông! Ông cứu tôi! Ông kéo tôi lên xe. Ông giải phóng tôi ra khỏi vùng này ngay. Nếu không thì Cộng sản giết tôi!". Nhiều người trong nhóm trí thức đó sau này là những thầy giáo dạy chúng tôi tại các trường trung học ở Nha Trang. Có Giáo sư Hà Huy, năm 1955, dạy tôi về môn sử. Nhưng sau đó, ông ta được điệu vào Sàigòn làm cố vấn cho Tổng thống Ngô Đình Diệm. Thầy có người con gái rất đẹp, học cùng lớp với tôi, tại Nha Trang. Chính cô ấy kể lại cho chúng tôi nghe chuyện đồng bào ta tấn công thiết vận xa của QĐVNCH bằng gậy gộc.

Những năm 50, đọc bài thơ "Tình Quê Hương" của nhà thơ Phan Lạc Tuyên ai cũng phải công nhận đó là bài thơ của những tình cảm chân thật, sống động, nói lên tình yêu quê hương của một chiến sĩ Việt Nam Cộng Hòa. Cảm mến sâu sắc bài thơ ấy, nhạc sĩ Đan Thọ đã phổ nhạc biến bài thơ thành một ca khúc trường tồn với lịch sử đấu tranh của đất nước. Và tất cả mọi người yêu nước cứ nghĩ nhà thơ Phan Lạc Tuyên là một sĩ quan Tâm Lý Chiến của QĐVNCH có tinh thần quốc gia yêu nước. Họ đâu có ngờ, sau 75, nhà thơ Phan Lạc Tuyên hiện nguyên hình là một chiến binh Cộng sản được gài trong hàng ngũ Quân Đội Việt Nam Cộng Hòa. Sau 75, chắc chắn, các độc giả đã từng mến mộ ông, khi biết được điều này, họ nhìn ông dưới cặp mắt khác, ít ra người ta không còn tin những gì ông đã viết dù cho chân thật với lòng ông, người ta không còn kính trọng lắng nghe những gì ông nói trong tương lai. Vấn đề đặt ra ở đây không phải nhà thơ Phan Lạc Tuyên là Cộng sản hay Quốc gia. Vấn đề đặt ra ở đây là con người -Con người với toàn vẹn lương tri và nhân cách: Nhân, Trí, Tín...-

Kinh nghiệm quá khứ dạy ta bài học hoài nghi. Lòng tin vào người khác, vào chế độ, vào nhân quần xã hội đã bị cầy nát bởi bởi bom đạn chiến tranh. Lương tri con người đã bị những guồng máy chính trị nghiền nát, biến chất. Con người phản lại con người, con người phản lại gia đình, con người phản lại chính bản thân mình...Chúng ta đứng trước một bối cảnh thực tế vô cùng thê lương của lịch sử. Nguyên thủy xã hội là sản phẩm của trí tuệ con người và sau đó con người là sản phẩm của xã hội. Con người đã mất rồi chăng giá trị tự thân của nó: Nhân, Trí, Tín...

Hôm nay tôi viết thư cho anh tôi có cảm tưởng cùng anh ôn lại lịch sử. Chúng ta cảm xúc, đau đớn qua từng dòng chữ chúng ta viết. Chúng ta viết trên cơ sở máu xương của chúng ta, của anh em và của dân tộc.

Anh Lê Thân, theo tuổi bào mẫu, năm nay tôi cấn đúng 70! Tôi về hưu cách đây gần một năm. Ngày ngày tôi vẫn ngồi lại computer, tìm tòi học hỏi. Tôi tích lũy, tôi viết chưa hề mệt mỏi. Tôi viết để tự chứng tỏ là tôi hiện hữu với tất cả khả năng tri giác, tư tưởng. Tôi đang tiến lên cùng anh em trong nhịp sống tuần hoàn của mối ngày. Tôi viết với tất cả trách nhiệm với lịch sử. Cám ơn Bill Gates đã cho tôi cơ hội bắt kịp với đời. Nhờ 'internet' mà tôi tìm lại được bạn bè có người gần 50 năm xa cách, như anh và nhiều anh em khác. Hôm nay găp lại anh em mà cứ ngỡ gặp nhau ở một cõi đời nào. Tự dưng mình cảm thấy đời cho ta nhiều ân huệ và cảm thấy mình vẫn còn chia sẻ nhiều trách nhiệm với đời. Thế giới vẫn còn đấy. Đời vẫn còn nguyên đấy. Chúng ta vẫn còn nguyên tổ quốc, như mặt trời, ngày ngày vẫy gọi ta.../.

Oak park. Illinois-USA
June-20-2005

THƯƠNG NHỚ LỀ ĐƯỜNG SÀI GÒN

Về thăm nhà, có người thấy lề đường Sàigòn ngày nay bị kinh tế thị trường tăng tốc xâm lấn quá nhiều, trở nên xô bồ, nên xui lòng nhớ lề đường Sàigòn xưa...

Lề đường Sàigòn xưa có hàng me, có sông Sàigòn có bến Bạch Đằng, có những lề đường bán sách sol, có nhà sách Khai Trí, một kho chứa sách, món ăn tinh thần của đám học trò, sinh viên và những người dân Sàigòn.

Lề đường Sàigòn còn có những quán kem, quán café, quán ăn vỉa hè, lúc nào cũng bu quanh bởi đám học trò, sinh viên, giới trí thức, các thầy các cô, giới lao động, giới Taxi, giới Xích lô, ba gát, bang bù và cả lính tráng, sĩ quan nữa. Họ ăn đứng, ăn ngồi, những tô hủ tiếu, tô phở, bún riêu, bún ốc, bún bò, những đĩa ragu bánh mì, cài bánh mì, thơm phức...Những chén kem nhiều màu. Những ly café đá. Những ly chè đậu xanh, đậu đỏ, sâm bổ lượng...vun đầy đá nhận đá bào. Sàigòn mà không có ba món này, không có mấy hình ảnh này thì không còn là Saigòn nữa. Những sinh hoạt bình dị này nhiều khi lấn át cả những nhà hàng, những restaurants: Continentals, Caravelle, Pacific, Pagoda, Imperial, Givral...vì những thực khách của quán ăn sang trọng theo kiểu Tây này cũng là giới hâm mộ thường trực các quán cóc trên vĩa hè Saigon. Ngoài giới trí thức nhà giàu người Việt, còn có các ông Tây bà Đầm, những người ngoại quốc, Chà Và, Tàu, Campuchia...họ đến ăn ở đây, không phải chỉ vì nơi này họ mới có thể thưởng thức những món ăn thuần túy Việt Nam, thuần túy Á Đông, mà chính nơi đây họ còn khám phá được nét đặc thù của Saigon, của Người Sàigòn, như một vùng giao lưu văn hóa ẩm thực.

Lề đường Sàigòn còn có những gánh hàng rong. Thương nhớ làm sao những tiếng rao hàng lúc nửa đêm bằng tiếng ta, hay pha lẫn tiếng Tàu trên lề đường của khu Bàn Cờ, Vườn Chuối, Nguyễn Thiện Thuật, Phan đình Phùng, Chùa Kỳ Viên: "Bánh Ú hột vịt lộn hôn?", "bánh bò, giò cháo quẩy bánh tiêu hề?"....mới nghe thì không hiểu món gì, khi mua rồi ăn, cũng không thấy gì là tuyệt vời lắm, nhưng hương vị nghe thật là gần gũi thân thương. Người ăn và món ăn gặp nhau như một sự kết nghĩa. Có người xa xứ lâu năm, khi trở lại Sàigòn gặp lại những món ăn này mà hồn nhớ về những người bạn cũ của tuổi học trò, ở sau chùa Kỳ Viên, trên đường

Nguyễn Thiện Thuật, trong Khu Bàn Cờ, với những Kim Cúc, Bich Hằng, Quỳnh Liên (*)...những mối tình đầu của quá khứ xa xưa. Thế mới hay, những lề đường Sàigòn không kiêu sa, không hương săc màu mè, nhưng đậm đà tình nghĩa.

Xa Sàigòn, không mấy ai xa được hình ảnh của những Ngã Ba, Ngã Tư, Ngã Năm, Ngã Sáu, Ngã Bảy.... Ai làm sao quên được cái lề đuòng Ngã Tư Quốc Tế, Cái lề đường ấy quốc tế thật. Quốc tế quá cỡ. Cứ vào lúc gần giờ giới nghiêm, các vũ trường Lido, Baccaret, Côte D'Ivoire ...gần đó đóng cửa, các cô cava thoát ra choán gần hết chỗ lề đường Ngã Tư Quốc Tế. Mặt còn bự son phấn, các cô hai tay bưng vội tô cháo lòng, tô bún ốc, nóng, thơm và cay mùi tiêu, húp vội vàng vào lòng để thỏa mãn cơn đói. Thế mới biết với các cô, "nhảy" chỉ là một nghiệp dĩ lao động độ nhật nuôi thân.

Sàigòn có nhiều ngã, Đường Sàigòn có nhiều lề. Người Sàigòn đi trên nhiều lề đường. Sàigòn có nhiều ngả đi cũng như ngả đến. Người Saigon chưa từng bị bắt buộc đi trên một lề đường nào nhất định, Người Saigon phóng túng đi trên đường Tự Do, Công Lý, Độc Lập, Thống Nhất...Đường Sàigòn xưa đã từng mang những tên nói lên niềm ước mơ của cả nước trong thời hiện tại...

Lề đường Sàigòn chịu đựng hai mùa mưa nắng, Nắng Sàigòn trong như thủy tinh. Trịnh Công

Sơn từng ca ngợi. Nhà thơ Nguyên Sa-Trần Bích Lan-cũng từng đi dưới nắng Sàigòn mà cảm hứng *"Nắng Sàigòn anh đi mà chợt mát- Bởi vì em mặc áo lụa Hà Đông".* Ô hay! Thế mới biết có sự liên hệ trong tâm tưởng của Nguyên Sa giữa cái nắng Sàigòn và màu áo lụa Hà Đông -một đặc sản của quê hương của nhà thơ-. Cả hai để lại trong lòng người xa xứ những hoài niệm. Sàigòn có những cơn mưa rào chợt đến chợt đi. Khi đến thì rạo rực như thác ngàn, như tình yêu của người em gái Sàigòn, khi đi thì lặng lẽ như mơ, để lại những lề đường ướt át, một chút ủ dột trong lòng người. Lề đường Sàigòn cũng rất thơ. *"Mưa Sàigòn-Mưa Hà Nội"* nghe như niềm thổn thức của Phạm Đình Chương, đứng dưới mưa trên lề đường giữa Sàigòn mà hồn nhớ về năm cửa Ô Hà Nội. Thế mới hay các nhà thơ, các văn nghệ sĩ đã nhìn thấy Hà Nội giữa Thủ đô Sàigòn thuở ấy. Nói đến lề đường Sàigòn mà không nói đến các cụ Vương Hồng Sển, Sơn Nam, Nguyễn Hiến Lê, thì coi như trớt quớt. Những ông già này đã hóa ra người thiên cổ. Nhiều người Sàigòn không tin rằng mấy ổng ấy đã chết, các ông còn đâu đó ngày ngày đi lại với họ trên lề đường Sàigòn bán sách sol. Nói đến lề đường Sàigòn thì phải nói đến cụ Phạm Duy. Mỗi khi nhắc tới Pham Duy thì phải nhắc tới lề đường Sàigòn. Cụ Phạm nghe phải, chắc cụ rầy rà: *"bỏ đi Tám",* "tau" mà thuộc loại lề đường hả? Xin lỗi cụ Phạm, ắt hẳn cụ là người của lề đường Sàigòn rồi!. Mời cụ nghe lại chính cụ: " *Nghèo mà mình không ham. Xin cô em đừng nên quá đáng. Nghèo mà minh không ham. Xin anh Hai đùng nên lang chàng...*" Sau khi xa xứ hơn bốn mươi năm, có đứa hơn 45 năm, đã hai thứ tóc trên đầu, tụi này thỉnh thoảng vẫn nghêu ngao bài hát này của cụ, thấy mắt mình cay xè, không hiểu tụi này nhớ cụ hay nhớ lề đuòng Sàigòn. Có lẽ là nhớ cả hai...

Lề đường Sàigòn có những hình ảnh đẹp khó quên, Có bác xích lô ngủ trưa ngay trên chiếc xe xích lô của mình, dưới bóng mát cây me trên lề đường Sàigòn, sau khi lai rai uống một chai la de Trái Thơm-La Rue và loang thoáng nghe những bản nhạc tình cảm của nhac sỹ Phạm Duy, "Mùa Thu Chết" hay "Gái Lội Qua Khe"... từ một quán Cóc hay quán Café gần đâu đó. Có người khách nhìn bác xích lô đang ngủ, họ lắc đầu, không dám đánh thức bác xích lô, mặc dầu họ cần bác...Đó là tinh thần của lề đường Sàigòn xưa. Cuộc sống trên lề đường Sàigòn siêu thoát, phàm tục, trắng đen, xanh đỏ, chan hòa màu sắc và cảm xúc tạo thành một bức tranh lề đường Sàigòn ngộ nghĩnh không giống ai hết và cũng không chịu cho ai giống mình.

Sàigòn trước năm 1975, Sàigòn của thời chiến tranh, có biết bao biến động lịch sử xảy ra trên vùng đất quê hương này. Ấy thế mà mỗi khi chúng ta nhớ lại những kỷ niệm ở Sàigòn chúng ta cứ như nhớ những kỷ niêm trên một vùng đất nước thanh bình, thời vàng son của một đời người trong một xã hội ổn định. Bây giờ nhớ về Sàigòn, con Sông Sàigòn hiện về như giải khăn sô vắt ngang vầng trán, đêm đêm chảy vào lòng người Sàigòn xa xứ../.

Chicago
Sau một đêm tuyết lạnh
Jan-2012

(*) Tên những nhân vật hoàn toàn hư cấu-nếu có sự trùng hợp xin đừng ngộ nhận-

CÓ NHỮNG ĐỈNH NÚI BIẾT HÁT

Những thử thách những hy sinh mà dân tộc Việt Nam đã phải chấp nhận trong suốt chiều dài lịch sử thật là to lớn, cao ngất như núi. Đứng gần chân núi chúng ta không thể thấy đỉnh núi ấy. Nếu một ngày kia ta đi xa núi, ngoái nhìn lại ta thấy toàn diện núi, khi đó ta biết đỉnh núi ấy cao biết là dường nào. Đó là ý nghĩa của truyện "The Tallest Mountains ", một thiên sử thi mở đầu tập truyện "The Mountains Sing-Dãy Núi Biết Hát" của tác giả Nguyễn Phan Quế Mai.

Tác phẩm "the Mountains Sing-Dãy Núi Biết Hát" vừa được nhà xuất bản Algonquin Books- New York, Mỹ, cho ấn hành. Tác phẩm The Mountains Sing được sự đón nhận ân cần của các nhà văn trên toàn cầu, và đã được dịch ra bằng nhiều thứ tiếng và được phát hành trên 10 quốc gia trên thế giới.

Truyện cuối cùng, truyện thứ 17 của truyện The Mountainns Sing, cũng là một thiên sử thi với tựa đề "Những bài hát của Ngoại tôi 6- My Grandmother's Songs ". Xuyên qua truyện này cho thấy tác giả Nguyễn Phan Quế Mai, quì bên nấm mộ của bà Ngoại tay nâng bản sao của tập truyện đưa cao khỏi đầu và khấn nguyện: "Thưa Ngoại có lần Ngoại dạy những thử thách hy sinh mà dân tộc Việt Nam đã phải chấp nhận chịu đựng trong suốt chiều dài lịch sử, thật to lớn cao ngất như đỉnh núi cao nhất -The Tallest Mountains-". Vâng, Ngoại chính là đỉnh núi cao ngất ấy".

Cuối cùng tác giả Nuyễn Phan Quế Mai đốt từng trang bản sao của tập truyện The Mountains Sing trên nấm mồ của Ngoại hầu gửi đến cho Ngoại đọc ở bên kia thế giới.

Nguyễn Phan Quế Mai, qua tác phẩm Dãy Núi Biết Hát kể lại số phận của 4 thế hệ trong một gia đình qua các sự cố khắc nghiệt của lich sử. Ngoại kể lại cho tôi nghe khả năng sinh tồn và vượt hiểm nguy của Ngoại qua các thời kỳ chiếm đóng của Pháp, của Nhật, của Mỹ, nạn đói năm Ất Dậu (1945), sự tàn bạo của cách mạng cải cách ruộng đất-1956-. Và bàng bạc trong suốt tác phẩm "Dãy Núi Biết Hát" là sự mất mát to lớn về tâm linh, về tình nghĩa dân tộc và sinh mạng của con người trong cuộc chiến kéo dài từ năm 1954 cho đến ngày 30-4-1975 và sau đó...

Chính những chuyện Ngoại kể cho tôi nghe đã làm cuộc sống của tôi càng thêm có ý nghĩa, có mục đích. Quả thật, thế giới không công bằng với người Việt chúng ta. Tôi mơ ước ngày nào đó, tôi đưa bà Ngoại tôi trở lại ngôi làng cũ của Ngoại, làng

Vĩnh Phúc, tỉnh Nghệ An để đòi hỏi công lý và nếu có thể rữa hận cho hàm oan của Ngoại tôi trong công cuộc Cải Cách Ruộng Đất -1956-, một hậu quả của Giai Cấp Đấu Tranh áp đặt trên quê hương tôi. *I realized that the world was indeed unfair, and that I had to bring my grandma back to her village to seek justice, perhaps even to take revenge..*

Qua văn phong linh động và hấp dẫn, đậm chất thơ, Nguyễn Phan Quế Mai muốn nói lên cùng thế giới Việt Nam dầu phải đi qua nhiều thảm kịch, nhưng niềm tin và hy vọng vào tương lai, vào lòng tốt của con người là ngọn đuốc thắp sáng con đường đi lên của dân tộc Việt Nam. Việt Nam không chỉ là vùng đất của chiến tranh, Việt Nam còn là một đất nước yêu chuộng hòa bình, ổn định, phát triển kinh tế. Việt Nam là một quốc gia giàu truyền thống văn hóa, văn học, nhân văn, như bà Ngoại Diệu Lan đã từng nói: "Ngoại không tin vào bạo động. Không một ai có quyền tước đoạt mạng sống của kẻ khác - *"I don't believe in violence. None of us has the right to take away the life of another human being."..*

Tác giả Nguyễn Phan Quế Mai sanh năm 1973 trong màu khói lửa của chiến tranh và lớn lên trong quê hương đổ nát vì chiến tranh. Nguyễn Phan Quế Mai đã từng con buôn ở lề đường, cũng từng làm nông, trồng khoai trỉa ngô, trước khi được học bổng sang Úc. Khi trở về nước, Nguyễn Phan Quế Mai nắm lấy cơ hội bám chặt cộng tác với tổ chức quốc tế Liên Hiệp Quốc. Từ đó Quế Mai có tầm nhìn ra thế giới ngày càng rộng hơn và có tấm lòng độ lượng bao dung hơn, như chính Ngoại Diệu Lan đã từng khuyên nhủ :" Phải sống với tấm lòng dũng cảm, độ lượng và lòng trắc ẩn...*to live with courage, grace and compassion...*

Sau khi đọc xong Dãy Núi Biết Hát của tác giả Nguyễn Phan Quế Mai, những gì còn đọng lại trong tâm tư của người đọc là lời cầu nguyện của tác giả Nguyễn Phan Quế Mai cho hàng triệu người Việt và không phải là người Việt đã bỏ mình trong chiến tranh. Mong sao hành tinh của chúng ta sẽ không có những cuộc xung đột vũ trang nào nữa trong tương lai...*For the milllions of people, Vietnamese and non-Vietnamese lost their life in the war. May our planet never see another armed conflict*

Tập truyện "The Mountains Sing-Dãy Núi Biết Hát" xứng đáng có mặt trên kệ sách của mọi gia đình người Việt chúng ta, nhất là gia đình của những cô nhi quả phụ bị lãng quên sau cuộc chiến.../.

ĐÊM THU-BÌNH TRÀ NGỦ QUÊN

Lời Phi Lộ:

Trong ba lô trên đường tỵ nạn, chúng ta không quên mang theo những di sản văn hóa Việt Nam. Tết Trung Thu là một góc nhỏ của di sản văn hóa ấy. Bài bút ký sau đây một hoài niệm về dáng hình quê hương Việt Nam trong màu khói lửa chiến chinh. Bốn mươi năm sau những năm sống lưu vong cũng là cơ hội để chúng ta rà soát lại những va siết văn hóa, những khó khăn trong quá trình hội nhập với vùng đất dung thân là những gì không thể tránh khỏi được, nhiều lúc nó cũng tạo ra những nỗi niềm trắc ẩn trong lòng người Việt xa xứ...
Đào Như-Chicago-Trung Thu-2005

Sau hơn 30 năm hành nghề 'thầy thuốc' ông về hưu ở tuổi 69. Ông ở nhà lo cơm nước cho vợ. Chiều, vợ đi làm về, có sẵn một bữa cơm sốt canh nóng cho hai vợ chồng là tình nghĩa biết chừng nào. Đó là ước mơ và cũng là triết lý sống cuối đời ông.

Với ông, cái khó không phải là kỹ thuật nấu nướng, mà là 'chất liệu'. Làm sao tìm đâu cho ra, để nấu cho bà một tô canh khổ qua với tôm rằn, với tí hương vị ngò tươi; hay một tô canh chua cá bông lau, nấu vói ngổ, giá sống và cà chua xanh. Làm sao ông tìm đâu ra cho bà chiều nay một tô cá rô kho tộ ăn với cơm trắng vì bà là người Cần Thơ. Có khi ông thực hiện được những điều ông ước mơ cho bà, nhưng nhiều lúc ông đành chịu, hai vợ chồng đành chấp nhận ăn salade, steak với...cơm. Thấy vợ ăn mà tội...

Chắc có lẽ hiểu được nỗi thầm kín của chồng, bà thường nói an ủi ông:

- Ăn uống em không đòi hỏi lắm đâu. Ăn sao cũng được. Miễn sao cho mặn mòi là được rồi.

Ông liền mau mắn đáp lại lời bà:

- Cuộc sống ở Mỹ về vật chất thật là dễ dãi và đầy đủ.
- Nhưng mình phải sống giống như họ.
- Vâng, anh biết.

Ông nịnh bà:

- Hôm nay mình ăn cơm với steak và salade, mình nên uống một ít vang, cho nó đúng... điệu.

Bà cười nhẹ:

- Salade, Steak mà ăn với cơm, uống vang thì quả là đúng điệu...thật!

Ông cũng phải cười theo bà:

- Ôi! Thì 'tri túc tiện túc' vậy.

Nói xong hai vợ chồng cười xòa. Đúng vậy, ở tuổi già dễ giản hòa với nhau thật. Cốc rượu vang vẫn giử nguyên hương vị của nó, nồng, thơm ngon và kích thích vị giác. Bữa ăn thật là đầm ấm, mặc dầu nó không được rôm rả như khi ông bà còn ở tuổi thanh xuân. Thường những câu chuyện ông bà nói với nhau trong bữa ăn ở tuổi này nghe thật là 'đời', phản phất ít nhiều hoài cảm. Ông bà thường bắt đầu câu chuyện bằng: "năm ấy", "xưa kia", "hồi đó" v.v.v...Hôm nay, vừa uống xong một cốc vang, lời ông có vẻ nhanh hơn, nghe dồn dập hơn, thành ra câu chuyện không đến nổi tẻ nhạt như mọi khi.

- À! Bà bảo phải sống giống như họ là sống như thế nào?

- Anh thấy đó, nhập gia tùy tục, nhập giang tùy khúc. Mình cũng phải nhập vào dòng chảy, cuộc sống của xã hội của họ mà sống. Mình không thể đứng bên lề xã hội mà nhìn người ta sống với cặp mắt hờn giỗi, cay cú hay phê phán.

- Gần 30 năm ở Mỹ, tôi có thái độ nhìn xã hội Mỹ như khách bàng quan như vậy đâu? Bà thấy tôi hội nhập vào xã hội Mỹ cũng nhanh và cũng tốt đấy chứ.

- Vâng, Anh hội nhập vào xã hội Mỹ nhanh thật, vì ở trong nước trước 73, anh có nhiều bạn đồng nghiệp là bác sĩ phẫu thuật người Mỹ. Anh làm việc và sinh hoạt với họ hàng ngày, hàng đêm.

- Ôi! Em nên quên cái đó đi. Đó chỉ là dĩ vãng của chiến tranh. Người ta ai cũng vậy, ai cũng không thích nhớ đến những kỷ niệm của một thời chiến tranh.

Bà nhìn ông, bà hơi ngẩn ngơ. Chiến tranh đã qua 30 mươi năm mà tâm linh của ông vẫn còn gợn sóng mỗi khi nghe ai nhắc về nó. Bà cố gắng đưa câu chuyện về hướng khác. Bà nói:

- Hôm qua, đi shopping với mấy bà bạn, khi đi vào thang máy, chị Ngọc Tới sơ ý để vạt sau của áo dài kẹt vào cửa của thang máy. Em không hiểu được, ở Mỹ đã 20 năm, từ tuổi 40 đến tuổi 60, chị ấy vẫn còn luộm thuộm như vậy. Tự nhiên em lại liên tưởng về anh. Trong những tháng gần đây, nhất là sau khi về hưu anh thường than vãn: "Ở Mỹ, chỗ nào cũng vậy, đèn điện sáng choang ngày cũng như đêm, nhưng tìm một ngọn đèn làm bầu bạn rất là khó". Thú thật, em nghe nó làm sao ấy. Nó giống như cái vạt áo sau của chị Ngọc Tới vẫn còn kẹt vào cửa của thang máy. Sự hội nhập vào xã hội Mỹ của anh có gì chưa trọn vẹn? Có gì còn tù đọng trong anh? Anh vẫn thấy cô đơn?

Ông lặng lẽ rót cốc rượu vang thứ hai. Ông nâng ly rượu lên. Ông không dám nhìn thẳng vào mắt bà. Ông nhìn bà xuyên qua ly rượu vang. Bà vẫn còn xinh đẹp. Những nét thanh tú và phúc hậu vẫn còn nguyên như thuở nào! Năm nay bà mới có 52 tuổi. Ông vụt hỏi bà:

- Em còn nhớ, những năm 80, vợ chồng mình đi xem phim 'The Joy Luck Club' không em?

Bà ra chiều suy nghĩ:

- Hình như phim đó được xây dựng theo cuốn tiểu thuyết của của nhà văn Amy Tan, người Mỹ gốc Hoa. Hình như có Kiều Chinh đóng vai người mẹ Trung hoa, nói đúng ra là người phụ nữ Trung Hoa.

- À! Em có một trí nhớ tuyệt vời.

- Cám ơn! Sao hôm nay anh lại galant với em đến thế.

Được bà khen, ông sung sướng hỏi bà:

- Chắc em còn nhớ chủ đề của truyện phim ấy là gì?

- Hình như họ nói về *'Woman emancipation'*, giải phóng phụ nữ, phải không anh?

- Vâng đó là cái nhìn của các bà khi đi xem phim ấy. Rất thiết thực. Và khi bà Amy Tan viết truyện ấy bà cũng nghĩ như vậy. Thật vậy, trong nền văn học Mỹ người ta coi bà Amy Tan như một nhà văn giải phóng phụ nữ Á châu, cũng như bà Alice Walker trong The Color Purple, bà Charlotte Perkins Giliman trong The Yellow Wallpaper ...là những nhà văn có công trong giải phóng phụ nữ Mỹ. Anh đọc truyên ấy anh cũng nghĩ như em nghĩ. Nhưng anh cũng nghĩ về cuốn truyện ấy dưới một khía cạnh khác. Thật sự nó cũng không hẳn là khác. Đọc xong quyển The Joy Luck Club, anh thấy nổi bật lên một khía cạnh, nói đúng ra một ưu điểm của người phụ nữ khi họ đi ra nước ngoài, họ thích ứng với môi trường chung quanh nhanh hơn người đàn ông. Hai vợ chồng cùng trang lứa, cùng trình độ bằng cấp, từ Việt Nam đến Mỹ hay từ Mỹ đến Việt Nam, người vợ bao giờ cũng trổi trót trước người chồng. Vì phụ nữ thích ứng với môi trường chung quanh nhanh hơn, học tiếng nước người nhanh hơn và hội nhập vào văn hóa của nước người tốt hơn.

Bà nâng ly rượu vang. hớp một hớp nhẹ. Da mặt bà ửng hồng. Bà biết ông đang nhìn ngắm bà như một niềm kiêu hãnh của riêng ông. Bà thấy yêu ông lạ thường. Chính bà cũng kiêu hãnh mình là niềm kiêu hãnh của riêng chồng mình. Bà vừa chăm chú cắt miếng steak nhỏ bỏ vào chén của ông, bà vừa hỏi ông:

- Hơn 20 năm anh làm việc cho cộng đồng, anh có nghiệm thấy điều đó đúng hay sai?

- Với Anh, đó là những nhận định rất đúng đắn, dựa vào những thống kê chính xác.

Bà âu yếm nhìn ông, bà cười. Ông có vẻ bối rối, ông chống chế:

- Không, không phải là anh nịnh em mà anh nói thế. Đó chỉ là sự thật. Theo thống kê của sở anh làm trong hơn 20 năm qua, trong cộng đồng Việt Nam ta cũng đúng như vậy.

Thật sự, bà cũng có một nhận thức như vậy, sau hơn 20 năm là một người giúp đồng bào Việt Nam tìm công ăn việc làm, bà thấy đàn ông thường chậm hơn đàn bà khi hai người cùng làm một công việc gống nhau. Ngừng một chập, bà nói với ông:

- Nhưng ở anh thì khác. Anh hội nhập vào văn hóa Mỹ nhanh hơn em.

- Đúng như vậy. Như em đã nhận định. Là nhờ anh có tiếp xúc với người Mỹ nhiều năm trước khi anh đến Mỹ. Nhưng em thấy đó, sự hội nhập của anh vào văn hóa Mỹ, về lâu về dài không tốt bằng em, không trọn vẹn như em.

Bà nhìn ông, bà đặt bàn tay bà trong lòng bàn tay ông, bà hỏi ông:

- Có điều gì hòan toàn không thỏa mãn trong anh khi anh sống tại Mỹ, phải không anh? Mặc dầu cuộc sống chúng ta tại Mỹ không hẳn là thành công, nhưng chắc chắn không phải là thất bại. Anh thường nói với em: "*Có em và các con bên cạnh anh, là đầy đủ cho anh rồi!*" có thật vậy không anh?

Nghe bà hỏi, ông ngửa mặt lên trần, cười phá lên...Không hiểu, tại vì ông thích thú câu hỏi đó, hay tại vì ông muốn khỏa lấp đi một nổi niềm tù đọng trong tâm hồn ông, hay ông đang cố gắng ngưng động những dòng nước mắt như cơn thủy triều đang dâng sắp tràn bờ...Ông hỏi bà:

- Em có biết chị Ngọc Tới đến Mỹ lúc 40 tuổi và bây giờ chị Ngọc Tới 60 tuổi?

- Em biết điều đó. Chính em vừa nói với anh kia mà.

- Nhưng em có biết 20 mươi năm của chị Ngọc Tới ở Mỹ khác với 20 năm của một cháu đến Mỹ khi cháu 5 tuổi? Và nó cũng khác với 20 năm của em ở Mỹ vì em đến Mỹ lúc em 26 tuổi. Ngừng một chập. Ông âu yếm nhìn sâu vào mắt vợ! Ông tiếp tục nói:

- Thời gian 20 năm có chiều dài giống nhau, nhưng nó có giá trị khác nhau tùy theo nó ở giai đoạn nào, thời điểm nào, trong cuộc sống chúng ta, trong đời người. Một năm có 365 ngày. Nhưng với một thanh niên 18 tuổi, đó là 365 ngày chứa chan hy vọng, 365 ngày khám phá hiện tại, hội nhập với đời, ném mình về tương lai. Nhưng với một người già như anh...ở tuổi 70, anh làm được những gì trong 365 ngày vừa qua, sau khi anh về hưu, như em đã thấy. Anh viết hồi ký, có phải chăng anh đang tìm về quá khứ, anh đang đi ngược chiều với người thanh niên 18 tuổi. Dĩ nhiên anh cũng cố gắng bồi dưỡng sức khỏe để theo chân thế hệ trẻ, làm một hành trình mới. Nhưng em cũng dư hiểu anh đâu còn phong độ như xưa. Làm sao ai có thể chống lại sự già nua của tế bào, của cơ thể, lôi theo sự suy thóai của tinh thần. Có ai đó đã nhuộm màu cho thời gian. Màu xanh cho thời gian tuổi trẻ. Tuổi già màu thời gian tím ngát. Tím như hoàng hôn tím...Một cháu đến Mỹ khi cháu mới 5 tuổi, hay dưới 12 tuổi, sau khi ở Mỹ 5 năm, cháu hoàn toàn là một người Mỹ, từ giọng nói đến cách xữ thế...Chị Ngọc Tới, đến Mỹ lúc chị 40 tuổi, chị ấy có ở Mỹ đến 100 năm đi nữa chị ấy vẫn giữ 95 % Việt Nam, Mỹ 5%. Vạt áo dài sau của chị Ngọc Tới khó thoát khỏi cửa của thang máy, chừng nào chị vẫn còn mặc áo dài tại Mỹ. Nhưng em cũng hiểu không ai có quyền cũng như không ai có đủ can đảm cấm chị Ngọc Tới mặc áo dài tại Mỹ đâu em. Đó là quá khứ của chị. Đó là di sản, là dáng hình quê hương xứ sở của chị. Đó là Việt Nam của Chị... Em còn nhớ có lần em ôm con vào lòng em khóc không em?

Nói đến đây, ông dừng lại, để cho bà soát lại quá khứ...Chắc chắn trong quá khứ là một người mẹ có nhiều băn khoăn về tương lai của các con, bà đã nhiều lần ôm các con vào lòng bà khóc. Nhưng ôm con vào lòng mà khóc vì những sư kiện như trên thì bà không nhớ rõ là lúc nào. Nhưng khi ông hỏi bà như vậy thì chắc phải là có. Ông có vẻ hối vì ông nhắc đến chuyện mà ông nghĩ bà đã vùi sâu vào quên lãng. Ông xin lỗi bà. Ông nói:

- Em còn nhớ, sau khi mình đến Mỹ được 5 năm, 1985, Xuân Hảo lúc đó đúng 10 tuổi, học lớp 3 hay lớp 4 ở tiểu học, anh không nhớ rõ. Trong một buổi ăn tối cuối tuần, vui vẻ và đầm ấm, Xuân Hảo ôm em hôn, và nói với em: "Thưa Mẹ, con thương mẹ, con mơ ước lớn lên con được 18 tuổi, xong high school, con vào đại học, con sẽ dọn vào trong dorm con ở, con sẻ không ở nhà với ba mẹ nữa. Đến hè con đi làm summer job, con sẽ mướn một cái appartment con ở. Cứ mỗi weekend con mời mẹ đến nấu ăn với con, sau đó mẹ và con đi shopping cho vui". Nghe xong em vội ôm con vào lòng. Xuân

Hảo sung sướng ngã vào lòng mẹ. Lúc đó em lại khóc. Xuân Hảo ngạc nhiên, thản thốt: *"Oh! Mom! You cry!"* Em tiếp tục ôm con siết mạnh vào lòng như sợ mất con. Em bảo với các con: mẹ cám ơn các con. Ôi các con của mẹ...Đứa nào cũng có hiếu, cũng thương cha thương mẹ. Rồi em ôm cả ba đứa con vào lòng, em khóc. Các con vừa sung sướng vừa ngạc nhiên. Các con ngơ ngác nhìn nhau. Em quay lại nói với anh: "Mình mất con rồi sao anh? Sớm quá đi anh! Mới có 10 tuổi mà con đã nuôi mộng xa gia đình, rời bỏ cha mẹ, sống đời độc lập. Cư xử với cha mẹ như bạn bè. Tội nghiệp con quá vậy. Luân lý của xã hội này là như vậy sao anh?"

Nghe đến đây bà dừng ông lại, bà nói:

- Em nhớ ra rồi. Năm đó Xuân Hảo học lớp 4. Nhưng lúc ấy anh nhiệt tình bênh vực các con. Anh khen các con sớm hội nhập vào văn hóa Mỹ, có tinh thần độc lập. Anh ca ngợi xã hội Tây phương và Mỹ là thiên đường của tuổi trẻ và cá nhân. Cá nhân được tôn trọng tuyệt đối. Nền tảng của xã hội là cá nhân. Mọi người đến 18 tuổi coi như cá nhân độc lập, thoát khỏi những ràng buộc của gia đình. Có thế xã hội của họ mới tiến bộ. Trong khi xã hội Việt Nam ta, con cái trai cũng như gái lớn ngoài hai mươi ba mươi, cứ ru rú tháng ngày sống chung với cha mẹ. Thậm chí có người con cái có vợ có chồng vẫn bắt con ở chung với mình, bắt dâu bắt rể hầu hạ minh. Rồi anh quát tháo: Cha mẹ Việt Nam cứ làm như vậy thì làm sao con cái ngốc đầu lên nổi, xã hội Việt nam làm sao tiến bộ được. Mở miệng ra là cứ *'gia đình mình thế này', 'gia đình mình thế nọ', 'chứ không phải như 'gia đình người ta' đâu nghe con! Nghe rõ là thối".* Lúc anh còn trẻ, anh nói hăng lắm, nhưng bây giờ anh già, anh thấy đó!...

Ông lặng thinh nghe bà nói. Ông hiểu bà. Bà xót cho ông. Tuổi già không con cái bên cạnh. Nhưng đó là cái cung cách yêu chồng của bà. Không ngờ sau hơn 25 năm ở Mỹ, bề ngòai bà có vẻ hội nhập vào xã hội Mỹ, văn hóa Mỹ rất tốt, nhưng đi sâu hơn, bà vẫn là một người vợ thương chồng, một người mẹ thương con theo cung cách hoàn toàn Việt Nam. Ông yêu bà vô hạn. Ông thấy ông có diễm phúc, ông hỏi bà:

- Em bảo "anh thấy đó" là anh thấy làm sao?

Bà bật khóc:

- Giờ này mà anh vẫn chưa thấy nữa sao anh? Tuổi già côi cút, không con cái ở bên cạnh, thui thủi một mình một thân với tháng ngày. Tối ngày cặm cụi viết, không hiểu là viết cái gì, có hỏi thì cứ bảo là viết để lại cho hậu thế, mà hậu thế thì như con cái nhà mình, có biết tiếng Việt đâu mà đọc mà hiểu những gì mình muốn nói với họ.

- Em đừng có quá lo lắng. Em thấy hàng ngàn mạng lưới dạy tiếng Việt trên cùng khắp thế giới. Em thấy chưa? Xuân Hảo vừa điện thư cho anh và cho biết thằng 'cu tí' của nó, thằng Daniel đấy, mới có 29 tháng tuổi mà biết đếm bằng tiếng Việt một cách đường hoàng từ 1 đến 10!

- Cứ cho rằng có hàng triệu mạng lưới dạy tiếng Việt đi nữa; thằng 'cu tí' nhà ta có đếm từ 1 đến 1000 bằng tiếng Việt đi nữa, thì vấn đề có đọc được chữ Việt, có viết được chữ Việt được hay không là chuyện khác. Cả đời anh cứ mãi suy nghĩ theo lối "lạc quan chủ nghĩa", cứ chắc là "ba bó là một giạ".

Ông nâng ly rượu vang lên, ông uống một ngụm. Nghe nó nồng ấm lạ thường. Ông đến ngồi bên cạnh bà. Ông ngồi sát vào bà. Ông se sẽ nói:

- Đời anh có em bên cạnh là đầy đủ lắm rồi.

Bà hơi ngượng. Bà đẩy nhẹ ông ra. Hai người cùng ngửa mặt nhìn ra khung cửa. Ông thảng thốt:

- Hôm nay trăng rằm. Trăng...và em đẹp lạ thường...

- Anh quên sao? Mà em suýt cũng quên đi mất, hôm nay là rằm Trung Thu, em có mua một hộp bánh trung thu để tối nay cho hai vợ chồng mình...Nhưng mà phải nấu nước pha trà chớ, không lẽ ăn bánh trung thu uống rượu vang?

Thấy bà đứng dậy, đi vào phòng trong lấy bánh trung thu và sữa soạn pha trà, cầm lòng không được ông phát nhẹ mông bà. Bà liền quay người lại:

- A! Anh hay nhỉ! May mà không có đứa con nào ở bên cạnh...

Nấu được một bình chè Tri Kỷ, bà cắt bánh Trung Thu từng miếng nhỏ, bà đem ra mời ông. Lúc đó bà mới hay ông đã ngủ từ lâu, trên ghế sofa gần cửa sổ, mái tóc bạc của ông lung linh phủ ánh trăng...Nhìn ông ngủ, bà thương ông vô hạn. Bà ngồi xuống bên cạnh ông. Bà ngồi hàng giờ. Không sao ngủ được. Hơn một năm rồi ông ít đi xa. Ông miệt mài viết. Cả vũ trụ đã thu vào gian nhà nhỏ này. Bà cúi xuống thật gần, bà thầm gọi tên ông và bà nói với ông rằng bà muốn biết trong giấc mơ đêm nay ông đang thấy những gì? Anh còn thấy chiến tranh không anh? ./.

Oak park, Illinois,USA
Sept/ 24/ 05
Vào Tiết Trung Thu/Ất Dậu

NỘI TRÚ BỊNH VIỆN BÌNH DÂN THỜI KHÓI LỬA 1968 -1970

Kính dâng hương hồn Thầy Hoàng Tiến Bảo
(Cố Giáo Sư Trường Y Saigon trước 1975)

Lời Phi Lộ:

Những dòng ký sự và nhận định sau đây, tường thuật lại những biến cố xảy ra tại Trường Y Sàigòn từ năm 1967-1971 và sau đó...do sự can thiệp của phái bộ Hội Đoàn Bác sĩ Mỹ -American Medical Association tại Saigòn (AMA-SAIGON) vào nội bộ Trường Y Saigon. Những sử liệu của bài viết này đều dựa trên những điều tường thuật của quyển sách thời danh SAIGON MEDICAL SCHOOL do 3 người viết: CH William Ruhe MD, Norman Hoover MD và Ira Singer PhD, tất cả ba vị này đều là những người lãnh đạo và cố vấn cho cuộc can thiệp đẩm máu của phái bộ AMA vàoTrường Y Saigon từ năm 1967. Tập sách SAIGON MEDICAL SCHOOL do chính cơ quan AMA, xuất bản tại Mỹ năm 1988.

ĐàoNhư – Bác sĩ Đào Trọng Thể

Võ Thành Phụng! Bây giờ anh ở đâu? Còn khỏe không? Dù sao đi nữa, khi anh đọc được những dòng hồi kí ngắn của tôi sau đây về Nội Trú Bịnh Viện Bình Dân những năm 68-70, anh cũng không đến nỗi giận tôi. Mà có giận, cũng chả sao. Biết làm sao bây giờ. Viết về Nội Trú Bình Dân trong khoảng thời gian trên, mà không có Võ Thành Phụng thì chán chết, mất đi hứng thú như buổi lễ tốt nghiệp Trường Y Sàigòn mà không có Vũ Sexy!

Võ Thành Phụng không phải là gương mặt gồ ghề nhất, nổi nhất, trong hàng ngũ Nội Trú Bình Dân thời ấy, nhưng anh là gương mặt đặc biệt. Anh vào nội trú vào năm 66-67 đúng vào lúc phái bộ AMA của Mỹ tại Sàigòn (AMA-SAIGON) quan tâm đến cơ cấu tổ chức của Trường Y Saigòn. Họ rất thành khẩn muốn chấn chỉnh lại Trường Y Saigon từ cơ cấu tổ chức đến chương trình giảng dạy *(curriculum)* của trường. Nhưng họ cũng biết rằng không dể gì làm chuyện đó, khi ảnh hưởng của Tây còn quá mạnh. Còn Trường Y Saigon lúc đó còn chủ quan, chưa học được bài học của sự sụp đổ của Đệ Nhất Cộng Hòa, cái chết của cố Tổng thống Ngô Đình Diệm và hai bào đệ của ông, không chịu hiểu rằng khó mà cưỡng lại ý muốn của người Mỹ, nhất là những ý muốn của AMA tại Sàigòn (AMA-SAIGON) trong trường hợp này xem chừng rất có lý. Chúng ta phải hiểu người Mỹ chứ. Họ làm sao vui vẻ được khi họ bỏ tiền ra xây cất một Trường Y Saigon đẹp, thiết bị tối tân và tiến bộ, để rồi các ông giáo sư người Pháp và giáo sư người Việt thân Pháp dạy sinh viên Y khoa Saigòn với ngôn ngữ Pháp và dạy theo chương trình và tư tưởng Pháp. Nhưng ngặt một điều là, Trường Y Saigòn và bịnh viện Bình dân Saigòn liên hệ với nhau như anh em sanh đôi. Ai cũng biết, tiền thân của bịnh viện Bình Dân Sàigòn là bịnh viện Phù Doãn, Hà Nội. Nhưng trước 75, mấy ai trong chúng ta được biết Bịnh Viện Bình Dân Sàigòn là bịnh viện duy nhất trực thuộc Bộ Quốc Gia Giáo Dục Sàigòn. Bịnh viện Bình dân Saigòn liên hệ mật thiết với Trường Y Saigon. Giáo sư Phạm Biểu Tâm, Trưởng Khối Phẫu Thuật của bịnh viện Bình Dân còn được gọi là Khối Phẫu Thuật "B", Ông cũng là Khoa Trưởng Trường Y Sàigon. Những bịnh viện khác: Chợ Rẫy, Nguyễn Văn Học, Nhi Đồng, Từ Dủ, Hùng Vương, Hồng Bàng, Chơ Quán...đều trực thuộc bộ Y-tế. Giáo sư Trần Quang Đệ, Trưởng Khối Phẫu Thuật của bịnh viện Chợ Rẫy, còn được gọi là Khối Phẩu Thuật "A", trực thuộc bộ Y tế. Giáo sư Trần Quang Đệ lại cũng là Viện Trưởng Viện Đại Học Saigon. Viện Đại Học Sàigon trực thuộc Bộ Quốc Gia Giáo Dục, đứng trên chóp bu Trường Y Saigòn. Hai khối phẫu thuật "A" và "B" lớn nhất của Saigòn thời ấy làm việc riêng rẻ, không hề liên hệ hay hợp tác với nhau trong một công trình nghiên cứu nào cả. Mỗi người một giang sơn, việc ai nấy lo. Hai ông Trưởng Khối Phẫu thuật "A" và "B" không nhìn nhau qua một đường thẳng, mà họ phải nhìn nhau qua một đường chéo ngoằn ngoèo. Đó là cái lối sắp xếp tréo cẳng ngỗng như vậy của mấy quan Tây thực dân trước khi họ rút.

Không hiểu, bàng quan thiên hạ thì sao, bản thân tôi, mãi đến năm 1989 tôi mới biết được những điều kỳ bí ở trên là nhờ tôi đọc quyển sách: SAIGON MEDICAL SCHOOL do ba người viết: C.H.William Ruhe M.D, Norman William Hoover M.D. và Ira Singer PhD, Hội Đoàn Bác Sĩ Mỹ, AMA, xuất bản tại Mỹ năm 1988. Chắc các bạn còn nhớ Bác sĩ: Norman W. Hoover? Có một thời ông ta dược coi như là Dean của Trường Y Sàigòn. Chúng ta luôn luôn nhớ câu nói *'để đời'* của giáo sư Nguyễn Hữu trước khi ông rời khỏi khu Nội trú Bình dân, đi Pháp: *"Có Nguyễn Hữu thì không có Hoover, có Hoover thì không có Nguyễn Hữu"!* Có người nào đó vô tình diễn dịch câu ấy thoát ý: "Có Tây thì không có Mỹ, có Mỹ thì không có Tây". Đó là hậu quả của sắc luật do ông Chủ Tịch Ủy Ban Hành Pháp Trung Ương, Thiếu tướng Nguyễn Cao Kỳ ban hành: bãi bỏ chức năng Khoa Trưởng Trường Y, thế vào đó bằng một ủy ban *(Faculty Committee)* gồm có 5 người do ông ta chỉ định! Nhận định về sắc luật này, nhóm tác giả SAIGON MEDICAL SCHOOL viết:

"Dean Phạm Bieu Tam, MD, a man who was revered for his academic achievement, he had been the first and only Dean of the University Of

Saigon Faculty of Medecine, and he had held office for 13 years, was removed by governmental fiat in violation of the charter of the University, on the pretext that he favored the use of foreign language for instruction.." **(1)**

Cách chức một giáo sư Khoa Trưởng sau 13 năm tựu chức, có nhiều uy tín và được nhiều người mến mộ và kính phục, chỉ vì ông ta cho phép được dùng tiếng ngoại quốc để giảng dạy. Ai cũng hiểu đó không phải là lý do chính đáng. Chắc chắn phải có những thúc đẩy, những áp lực khác sau lưng Tướng Kỳ. Chín năm sau, chính Tướng Kỳ thú nhận, nhóm tác giả SAIGON MEDICAL SCHOOL tiết lộ:

"Nine years later he was to write: 'It appeared lately that the background of the Coup de Faculté was more complex and it would need some research for anyone to have a clear picture!" **(2)**

Sắc luật của Tướng Kỳ *(3-1967)* ra đời vô tình trùng hợp với sư có mặt của Hobbart A. Reimann, MD, tại Saigon, tháng 2-1967...Tháng 6-1967, Norman W.Hoover, bác sĩ phẫu thuật chấn thương và chỉnh trực của trường y thời danh, Mayo Clinic, thuộc bang Minnesota Mỹ đến Saigon. Bác sĩ Hoover liền được chỉ định thay thế bác sĩ Reimann làm giám đốc *(Field Director)* của AMA-SAIGON. Nhân đây tôi muốn giới thiệu một vài dòng về thân thế và tầm cỡ của bác sĩ Norman W. Hoover. Muốn biết rõ thân thế và tầm cỡ của một người nào, điều thích hợp nhất là chúng ta chỉ cần biết qua thân thế và sự nghiệp của người mà họ thay thế. Tôi muốn nói để biết rõ bác sĩ Hoover chúng ta chỉ cần biết thân thế và sự nghiệp của bác sĩ Reimann, giám đốc AMA - SAIGON lúc ấy mà bác sĩ Hoover thay thế. Nhóm tác giả SAIGON MEDICAL SCHOOL lược thuật thân thế của bác sĩ Reimann như sau:

***"The First Field Director (AMA-SAIGON) was Hobart A. Reimann, MD, who had a long and distinguished carreer as professor of medicine at the Minnesota, Jefferson, and Hahnemann medical colleges, anh experience abroad with the China Medical Board at Peking Union Medical College, and in Lebanon, Indonesia, Iran, Afghanistan, and Honduras ...His arrival in Saigon (February 1967) coincided with important changes in medical administration ordered by Prime Minister Nguyen Cao Ky (3-1967). The Dean of the medical school was dismissed and replaced by a faculty committee..."*(3)**

Hobbart A. Reimann, MD, bề thế kinh nghiệm, dạn dày như vậy mà vẫn bị Norman W. Hoover, MD, thay thế. Như thế thì ta biết Hoover, MD, là 'tay cự phách' như thế nào! Tôi và các Nội-trú bịnh viện

Bình Dân của những năm 68-70 vinh dự được bác sĩ Norman W. Hoover và Giáo sư bác sĩ Hoàng Tiến Bảo trường Y Saigon, cầm tay chỉ dạy kỹ thuật điều trị bịnh lao cột sống *(Pott's Disease)* bằng phẫu thuật *(Hogdson's Operation)*. Tôi được giáo sư bác sĩ Norman W. Hoover gửi tặng quyển sách SAIGON MEDICAL SCHOOL vào năm 1989 từ văn phòng AMA ở đường Dearborn, Chicago.

Sau sắc luật của Tướng Kỳ, là cú Mậu Thân. Saigòn hỗn loạn và Trường Y thật xô bồ, kẻ lên người xuống, chà đạp nhau. Kẻ theo Tây, người theo Mỹ. Ai hơn, ai thua thì không biết, chỉ có sinh viên Trường Y bị thiệt thòi: Trường đóng cửa liên miên. Lợi dụng sinh viên, bên này bắt chẹt bên kia, bãi khóa đình công dài dài. Bịnh viện Bình Dân được xây cất giữa Quận Ba Saigòn, trên đường Phan Thanh Giản, gần chợ Vườn Chuối và khu Bàn Cờ, một khu đông dân nhất của Saigòn thuở ấy. Nằm giữa một *"Saigòn Tạp Pín Lù"* vào thời ấy, bịnh viện Bình Dân làm sao tránh khỏi ảnh hưởng của thời cuộc. Dù vậy, khu nội trú của Bịnh viện Bình dân lúc nào cũng hoạt động hăng say, chặt chẽ, nghiêm túc.

Vâng, Võ Thành Phụng là một gương mặt đặc biệt! Không đặc biệt sao được? Anh là người Nam, dám làm nội trú của Khoa Chấn Thương và Chỉnh Trực tại bịnh viện Bình Dân và "patron" của anh là Giáo sư Thạc Sĩ Trần Ngọc Ninh, một Conservator người Bắc, ông cũng là đương nhiệm Bộ Trưởng-Văn Hóa. Tôi là bạn chí thân với Võ Thành Phụng từ thời năm PCB. Tuy nhiên sau này tôi ở lại lớp nhiều lần cho nên khi Võ Thành Phụng vào Nội trú, tôi còn ở năm thứ Ba. Võ thành Phụng là người sống tự lập. Những năm anh học y khoa anh sống bằng nghề *précepteur,* kèm trẻ tại tư gia các gia đình người Pháp tại Saigon. Anh được trả lương rất là hậu hỉ. Những năm 61-63, tôi biết, khi đó, tiền anh kiếm bằng nghề dạy học được lắm, gần bằng lương bộ-trưởng cùng thời. Dĩ nhiên anh phải là rất xuất sắc về Toán. Anh rất đam mê về khoa học. Những cô đầm học trò của anh thuôc thế hệ Yé Yé thời đó, thật xinh đẹp. Có cô sau một năm học trở thành người yêu của thầy. Cũng YéYé, cũng ra riết lắm!

Tôi nhớ lại, tôi được nhận làm nội trú ủy nhiệm vào khỏang đầu năm học 69, sau khi tôi bị tai nạn xe Jeep nhà binh Mỹ cán gẫy kín xương đủa và sai khớp cổ chân trái, hồi cuối Mậu Thân. Lúc ấy tôi đang học năm thứ tư. Tôi được Thầy Hoàng Tiến Bảo điều trị. Nhớ ơn Thầy và cũng vì bản thân đã một lần chịu đựng tai biến của chấn thương, nên đầu năm thứ năm tôi xin đầu quân làm nội trú ủy nhiệm khu chấn thương và chỉnh trực tại bịnh viện Bình Dân. Khi được nhận làm nội trú ủy nhiêm, tôi tìm hiểu ngay những sinh viên nội trú đang ở trong khu nội trú *(dorm)* bịnh viện Bình Dân. Tôi rất ngạc nhiên bác sĩ Nghiêm Đạo Đại và ông lão làng nội trú Võ Thành Phụng vẫn còn trong *dorm* nội trú Bình dân. Khi gia nhập vào khu nội trú, tôi luôn nhớ nhập tâm là tôi là người lớn tuổi nhất trong khu nội trú và tôi cũng là người duy nhất là nội trú ủy nhiệm *(interne fonctionnel)* tất cả anh em đều nội trú thực thụ *(interne titulaire).* Biết phận mình, tôi rất thủ thế. Tôi được may mắn, bác sĩ nguyên nội trú, Nghiêm Đạo Đại, cho tôi vô ở cùng chung phòng với anh. Nội trú Võ Thành Phụng liên tiếp nhiều năm được bầu làm chủ tịch, "xếp sòng" của khu nội trú. Anh cũng là 'ông bầu" của những cuộc vui của khu nội trú. Giáo sư Đào Đức Hoành là người trực tiếp chịu trách nhiệm tinh thần và tổ chức của Khu Nội Trú Bình Dân. Dĩ nhiên giáo sư Đào Đức Hoành nhiều khi phải đối phó chật vật với nội trú Võ thành Phụng, một trưởng khu nội trú chịu chơi và quá cởi mở! Anh em nội trú cho tôi hay, trước đó, giáo sư Đào Đức Hoành nhiều lần khiển trách nội trú Võ Thành Phụng là anh đã tổ chức những cuộc vui cuối năm trong khu nội trú với Vũ Sexy, anh làm bại hoại và suy đồi đạo đức của sinh viên nội trú. Nhưng nói là nói vậy, sau đó giáo sư Đào Đức Hoành lúc nào cũng quí nội trú Võ Thành Phụng, một nội trú tài ba và tận tụy của bịnh viện Bình Dân trong mấy năm qua. Còn về Võ Thành Phụng, anh ấy bảo với anh em: "Thầy là cha mẹ răn đe con cái, là chuyện thường. *'Moi'* muốn làm sao cho anh em mình vui là được rồi". Đó là trật tự sẵn có, được sắp xếp trong nhiều năm của khu nôi trú Bình dân, trước khi tôi dọn vào hồi tháng 8/1969...

Tôi cũng xin nói thêm về anh lao công của khu nội trú Bình dân, anh Tư Dược. Tư Được nom có vẻ gầy, chân đi hàng hai, răng hô, anh đem một vợ và ba con nhét vào trong một phòng 6 mét vuông, dành cho y công, ăn và ở trong bịnh viện luôn! Tư Được chăm sóc vệ sinh của khu nội trú và đồng thời anh cũng chăm sóc cà phê buổi ăn sáng, ăn trưa và ăn tối của sinh viên nội trú. Cà phê của anh làm cho chúng tôi uống, thật đặc biệt. Nếu nó đắng thì cũng may vì nếu ai có chút tâm hồn lãng mạn khi nghe 'Ly Cà Phê Đắng' thì cũng thích thích. Đằng này không. Nó chua và chát, mầu đen sẫm, uống vào nghe nó nhờ nhợ. Nhưng uống mãi rồi cũng quen và chúng tôi cho nó một cái tên nghe rất thời trang: *'Cà Phê Tư Được'*.

Cũng như toàn thể sinh viên nội trú thuộc bịnh viện Bình dân trong những năm 67, 68, 69, nội trú Võ Thành Phụng làm việc thật là hăng say. Anh chấp hành nghiêm chỉnh những phương án điều trị của các giáo sư cho bịnh nhân, anh chăm sóc và chịu trách nhiệm Phòng Ngoại Chẩn của Chấn Thương và Chỉnh trực. Anh thăm bịnh phòng thuộc khu phận sự bác sĩ Patron của anh. Trong những 'ca' mổ chọn lọc *(elective surgery)* dành cho giáo sư 'patron' của anh, nội trú Võ Thành Phụng bao giờ cũng vô phòng mổ trước, lo sửa soạn bịnh nhân cẩn thận. Anh luôn luôn là người '*First Aid*' cho ông ta trong những 'ca' mổ của ông ta tại bịnh viện Bình dân, cũng như những bịnh viện tư ở ngoài: Saint Paul, Triều Châu, Sùng Chính v.v. Những sinh viên nội trú của Khu Ung Thư, Giải phẩu Tổng quát, Tiết niệu cũng làm như vậy tương xứng với Patron của họ. Tôi thấy anh cũng như tất cả các sinh viên nội trú khác, tất bật túi bụi cả ngày, chạy từ bệnh phòng, lên phòng mổ, chăm nom phòng ngoại chẩn, phụ các giáo sư dạy lâm sàng cho các sinh viên đi thực tập. Anh cũng là chuyên viên thuyết trình những *Cas Presentation.* Trong những dịp tổ chức hội hè: cuộc vui cuối năm, Giáng sinh, Tết nhất, hay những dịp Lễ Tốt Nghiệp Y Khoa Saigòn mà không có Võ Thành Phụng nhúng tay vào là chắc chắn mất vui. Anh là "ông bầu" của những tiết mục hấp dẫn, nhất là Vũ Sexy. Anh thường hay say li bì. Mỗi chiều, cứ đúng sáu giờ chiều và không phải trực, anh lên phòng nội trú, tắm rửa, ăn diện vào, lái chiếc Lambretta ra ngòai ăn tối ở một nhà hàng nào đó. Sau đó ghé thăm em út. Khuya nào anh về cũng say mèm. Bước vào lầu nội trú là anh la ó om xòm! Năm đầu còn có người dám chỉ trích anh, hay phàn nàn, nhưng sau rồi anh em cũng quen. Vả lại càng về sau các nội trú mới, càng kính nể anh, vì ai cũng biết cái tánh hay say rượu rất dể thương của anh. Chỉ có tôi là bạn lâu đời của anh, tôi chưa hề thấy anh ấy say sưa lần nào. Về chuyện này, anh hoàn toàn giữ kín với tôi. Còn vấn đề bạn gái thì anh ấy chân thành công khai. Vào những tối cuối tháng mười năm 70, tôi không hiểu tại sao Võ Thành Phụng say li bì, khuya nào cũng say và la ó om sòm. Có một tối anh về lúc khuya, anh say khước dựng chiếc xe Lambretta không nỗi. Bước vào lầu ba, lầu nội trú, anh la ó om xòm, Rồi một lúc, vào khoảng 5 phút sau, anh vào phòng anh, anh im bặt. Tôi sợ anh ấy, có khi quá chén anh bị trụy tim mạch không chừng. Tôi bèn xô cửa phòng anh bước vào. Võ Thành Phụng đang ngồi bên cạnh bóng đèn chong thức, hai tay ôm đầu. Nghe bước chân tôi, anh ngước mắt nhìn tôi, bất ngờ anh hỏi:

- *'Toi'* có biết hồi trưa này?

- Hồi trưa này là sao?

- Hồi trưa này một nhóm sinh viên y và có cả các thầy giáo nữa họ có ý kéo đến văn phòng khoa trưởng Phan Tấn Tước, hình như họ làm áp lực muốn ông ấy. .. đi!

- *'Moi'* biết *'toi'* quí giáo sư Phan Tấn Tước!

Võ Thành Phụng vụt đứng dậy, chạm phải cây đèn. Cây đèn chao chao rồi ngã xướng chân giường. Anh quát lớn:

- Trời! Thích hay không thích, quý hay không quí, cái mẹ gì! Từ ngày bãi nhiệm giáo sư Phạm Biểu Tâm đến bây giờ, kẻ lên người xuống, máu đổ thịt rơi. Hai giáo sư bị giết chết chỉ trong vòng hai tháng.

Họ ném một sinh viên từ trên lầu xướng. Chết ngắc! Bây giờ họ muốn gì? Họ muốn gì? Họ muốn giềt những ai nữa đây? Họ muốn giết các Thầy còn lại nữa sao? Anh quát tháo ầm ỉ. Anh đuổi tôi ra khỏi phòng. Anh ngồi xuống hai tay bưng mặt khóc rưng rưng. Tôi đến dựng lại cây đèn, dìu anh đến nằm trên giường, kéo chăn đắp ấm cho anh. Anh nghiêng người, tôi thấy quần anh ướt. Anh say quá rồi. Tôi thương anh vô hạn. Tôi đi nhẹ về phòng, lên giường nằm, cố ru giấc ngủ. Bây giờ là hơn hai giờ sáng. Tôi nghe Nghiêm Đạo Đại đang ngon giấc. Anh thở thật đều. Anh đang ngủ, một giấc ngủ vô cùng bình yên. Tôi nghĩ về Nghiêm Đạo Đại...Tôi nghĩ về Võ Thành Phụng...Hai người đều là những con người ưu tú của *'Xã-Hội-Sinh Viên Y-Khoa Saigon'* thời ấy, thông minh, kiệt xuất, thương người, hy sinh cho sự nghiệp Y học. Nhưng tại sao bề ngòai các anh khác nhau nhiều quá. Người thì có đời sống hài hòa an lạc, kẻ thì có cuộc sống đầy xôn xao giao động. Tôi đi vào giấc ngủ với một thoáng bâng khuâng. Sáng hôm sau, nhìn đồng hồ thấy đã hơn 8 giờ, bác sĩ Nghiêm Đạo Đại đã xuống thăm bịnh phòng từ sáng sớm, tôi vội mặc áo chạy qua phòng nội trú Võ Thành Phụng xem sao?. Tôi thấy anh chàng trong áo blouse trắng, thơm phức. Anh ngước mắt nhìn tôi. Tôi bảo:

- *'Moi'* đến mời *'toi'* một chầu "Cà phê Tư Được" đây.

Võ Thành Phụng đi theo tôi, vừa cúi xuống rót cà phê, anh vừa nhìn xuống lầu nơi bãi đậu xe. Anh la lớn:

- Không được! Tên nào nghịch quá trời, xô xe lambretta của '*moi*' ngã.

- '*Toi*' có chắc không? Hồi khuya đêm qua, 'ông' ngất ngưỡng trở về, dựng xe đâu có nổi!

- Đêm qua '*moi*' về sớm, ngủ hết biết!

Và anh vụt chạy xuống lầu. Tôi nhìn theo anh. Tôi mừng. Anh không còn nhớ những gì xảy ra trong đêm qua.

Sau gần 40 năm, khi ngồi lại viết đến giai đọan này tôi vẫn còn ngậm ngùi khi nghĩ về Võ Thành Phụng, người bạn chí thân của thời tuổi trẻ. Tôi hồi tưởng lại những gì xảy tại Trường Y Sàigòn trong những năm tháng 67-70 và sau đó. Những thay đổi, những xáo trộn của nhà trường đã ảnh hưởng tai hại và đau thương trong tâm hồn người sinh viên y khoa thuở đó. Giáo sư Phạm Biểu Tâm, một vị lương y mẫu mực, được mọi người ngưỡng vọng, sau 13 năm giử chức Khoa Trưởng Trường Y, bị bãi nhiệm năm 67. Một ủy ban gồm năm người do tướng Kỳ chỉ định, thay thế ông. Ba tháng sau có một cuộc bình bầu giữa năm người trong ủy ban đó: giáo sư Ngô Gia Hy, giáo sư Trần Anh, giáo sư Nguyễn Ngọc Huy, giáo sư Lê Minh Trí và bác sĩ Nguyễn Thế Minh. Kết quả: giáo sư Ngô Gia Hy đắc cử làm Khoa Trưởng trường Y Saigòn vào tháng 5 năm1967. Theo lời tường thuật của nhóm tác giả SAIGON MEDICAL SCHOOL, hai tháng sau, vào tháng 7/67 giáo sư Ngô Gia Hy tuyên bố sẽ ra tranh cứ Thượng Nghị Sĩ Sàigòn, ông liền bị tố cáo là kẻ dùng chức năng Khoa Trưởng Trường Y để mưu đồ chính trị. Ông bị truất quyền khoa trưởng trong vòng ba tháng. Bác sĩ Vũ Thị Thoa, đương nhiệm Phó Khoa lên làm Khoa trưởng lâm thời. Ba tháng sau, tháng 10/67 giáo sư Ngô Gia Hy thất cử Thượng Nghi Sĩ, ông trở lại làm Khoa Trưởng trường Y Saigòn. Lần trở lại này, uy tín của ông sụp đổ.

Chắc chúng ta ai cũng thắc mắc về "sắc luật" của Tướng Kỳ 1967, vi phạm nền tự trị Đại học, bãi chức Khoa Trưởng Trường Y và thế vào bằng một ủy ban gồm có 5 người do ông ta chỉ định. Nhất định phải có kẻ hoạt đầu chính trị đứng sau lưng Tướng Kỳ. Hay cũng có thể có *'bàn tay lông lá'* nào đó bắt buộc Tướng Kỳ phải chấp nhận *"planning"* như vậy. Theo nhóm tác giả của SAIGON MEDICAL SCHOOL, chính Bác sĩ Lê Minh Trí tự nhận mình là kẻ đứng sau Tướng Kỳ trong vụ này:

"The fact was an ambitious young man, Lê Minh Trí, MD, claimed to be, and was, the instigator. He believed that medical education in VietNam had to be changed, knew many of changes that needed to be made, and believe that

they could be made quickly only by removal of those who self-interest seemed to be serve by the status quo" (4)

.

Bác sĩ Lê minh Trí mới vừa từ Mỹ về, sau 6 năm tu nghiệp y khoa tại Mỹ. Cũng như các bác sĩ khác đi tu nghiệp lâu năm tại Mỹ, ông cũng được cấp bằng PhD tại Mỹ. Bác sĩ Lê Minh Trí mới trở về Trường Y Sàigòn, chiếc áo ông mặc chưa kịp ráo mồ hôi, mà ông đã có tên sẵn trong danh sách Ngũ Đầu Chế của Tướng Kỳ. Lạ thật! Liệu những lập luận ở trên của nhóm bác sĩ Ruhe, Hoover, và Singer PhD về bác sĩ Lê Minh Trí có đúng sự thật không? Hay đó chỉ là giả thiết, tệ hơn nữa, nếu đó là sự bịa đặt? Chắc có lẽ cũng vì thế, cùng ý nghĩ đó, chín năm sau, trong một phút ăn năn, Tướng Kỳ hy vọng sau này sẽ có ai soi rọi lại làm sáng tỏ vấn đề phức tạp này:

"It appeared lately that the background of the 'Coup de Faculté' was more complex and it would need some research for anyone to have a clear picture .."

- Ngày 29/1/68, biến cố Mậu thân, toàn thể Đại học Saigòn đóng cửa. Tất cả sinh viên đi học Quân Sự Học Đường.
- Ngày 1 tháng 4/ 68 Đại học Saigòn mở cửa lại.
- Ngày 2/5/68, Mậu Thân đợt 2, Trường lại đóng cửa!

- Ngày 18/6/68 trường mở cửa lại. Niên khóa năm đó kết thúc muộn vào ngày 15 / 8/ 68..
- Tháng 9/68, theo lời tường thuật của nhóm tác giả SAIGON MEDICAL SCHOOL, bác sĩ Lê Minh Trí được Tướng Kỳ bổ nhiệm làm Bộ Trưởng Bộ Quốc Gia Giáo Dục. Cùng thời gian đó Viện Trưởng Viện Đại học Saigòn, giáo sư Trần Quang Đệ đi nghỉ hè ở Pháp. Cũng như mọi năm trước, giáo sư Trần Quang Đệ có thói quen hay ở lại nấn ná bên Pháp một thời gian khá lâu, sau mỗi vụ nghỉ hè. Với tư cách Bộ Trưởng Bộ Quốc Gia Giáo Dục, Bác sĩ Lê Minh Trí cách chức giáo sư Trần Quang Đệ, nguyên Viện Trưởng Viện Đại Học Saigòn, tố cáo ông ta là kẻ đào nhiệm. Bác sĩ Lê Minh Trí liền chỉ định giáo sư Trần Anh lên làm Viện Trưởng Viện Đại Học Sàigòn. Giáo sư Trần Anh lúc đó cũng đã thay thế giáo sư Nguyễn Hữu làm giám đốc Viện Cơ Thể Học.
- Ngày 1/11/68 lại một cuộc vận động bầu bán cái ghế Khoa Trưởng Trường Y Saigon! Người đắc cử lại là Bác sĩ Phan Tấn Tước, giáo sư phụ giảng (professeur délégué). Theo nhóm tác giả SAIGON MEDICAL SCHOOL: "Ông ta là một người ít được nhiều người biết đến". Ngày bác sĩ Phan Tấn Tước nhậm chức, nhóm tác giả SAIGON MEDICAL SCHOOL viết :"*he came into office as a dark horse.*"!**(5)**

Thật sự, tôi không hiểu họ muốn nói gì về bác sĩ Phan Tấn Tước qua từ *"dark horse"*. Dù sao sự

'Lên Ngôi Khoa Trưởng' của bác sĩ Phan Tấn Tước cũng tạo được một tình thế ổn định hành chánh cho Trường Y Saigòn, tuy là một sự ổn định tạm bợ.

- Ngày 6/1/69 bác sĩ Lê Minh Trí, đương kim Bộ Trưởng Bộ Quốc Gia Giáo Dục Sàigòn bị ám sát chết. Nói về cái chết của Bác sĩ Lê Minh Trí, nhóm tác giả SAIGON MEDICAL SCHOOL viết: "Bác sĩ Lê Minh Trí là người trẻ, tham vọng, ăn nói không biết kiềm chế, đi lại không cần bảo vệ". Và lạ lùng thay, nhóm bác sĩ Ruhe, Hoover và Ira Singer Ph.D viết thêm một điều mà chúng ta chưa hề nghe nói đến bao giờ: "bác sĩ Lê Minh Trí tự hào về quá khứ của ông: Ông đã được rèn luyện thành một chiến sĩ du kích trong rừng sâu theo phong trào Việt Minh, trong thời kỳ kháng chiến chống Pháp"! Nhắc về sự kiện này, nhóm tác giả SAIGON MEDICAL SCHOOL viết:

***"Dr Trí had been away from Vitnam for 6 years taking graduate training in the US. He was proud to have been a trained guerilla in the jungle fighters with the Viet Minh during the war with the French. He was fearless. He spoke without restraint and traveled without protection..."* (6)**

Sau đó hai tháng, bác sĩ Trần Anh, Viện Trưởng Viện Đại Học Sàigòn, giám đốc Viện Cơ Thể Học Saigòn, bị ám sát chết cách nhà ông 100 mét, lúc ông đang đi bộ từ Trường Y trở về nhà ông trong khu Đại Học Xá Minh Mạng.

Một bầu không khí khủng hoảng và lo sợ phủ xuống Trường Y Sàigòn. Ai ai cũng hiểu cái chết của giáo sư Bộ Trưởng Lê Minh Trí và Giáo sư Trần Anh, Viện Trưởng viện đại học Saigòn, đều có liên quan đến sự can thiệp của phái bộ AMA-SAIGON của Mỹ vào nội tình Trường Y Saigon. Nhất là người ta nhớ lại, cách đó không lâu, trong thời gian giáo sư Ngô Gia Hy còn làm Khoa Trưởng, cùng tại Trường Y Saigon một nam sinh viên y khoa năm thứ tư bị ném xuống từ lầu cao, từ lầu Bio-Chemistry. Người sinh viên ấy chết không kịp trăn trối được một lời!.Nhóm tác giả SAIGON MEDICAL SCHOOL viết về những suy nghĩ của ban giảng huấn Trường Y Sàigòn như sau: *"Sau đó một thời gian dài, ban giảng huấn người Việt của trường Y Saigon tỏ vẻ sợ sệt và lạnh nhạt với phái bộ Mỹ/ AMA-SAIGON "*. Nói về cái chết của bộ trưởng Bác sĩ Lê Minh Trí và Viên Trưởng viện Đại Học Saigon bác sĩ Trần Anh và thái độ nghi kỵ sợ sệt của ban giảng huấn người Việt Trường Y Saigon đối với nhân viên Tổ chức AMA-SAIGON lúc đó, nhóm tác giả 'SAIGON MEDICAL SCHOOL'viết:

"The stability within the facility was uneasy at best and fell entirely on January 6, 1969, with the assassination of the Minister of Education, Dr Tri. A grenade was thrown into his

automobile. Just two months later Dr Anh, the Rector of the University was killed by multiple gunshot inflicted at closed range while he walk from his from the medical school to his home one block away. The mystery that surrounded the two assassinations produced an atmosphere of apprehension throughout the medical school. It had particular significance to AMA because it was generally concluded that the assassinations, by whatever by opposing force, were related to the medical school changes to which the U.S. had contributed. The Faculty of Medecine asked that the project continue but that it operates as unobtrusively as possible, since no one knew what part association with Americans may have played in the fate of DR Tri and Anh. For a long time afterward, the Vietnamese Faculty show restraint in its association with Americans" **(7)**

Liền sau đó có nhiều biến cố và nhiều khủng hoảng xảy ra liên tiếp tại Trường Y Saigon. Những ngày thi cuối năm phải dời đổi nhiều lần...Ngày thi cuối năm của niên khóa 1970 được ấn định vào ngày 10 /8/70. Nhưng vào thời khỏang này sư liên hệ giữa giáo sư khoa trưởng Phan Tấn Tước và ban giảng huấn Trường Y Sàigòn trở nên suy đồi. Ban giảng huấn và một số sinh viên yêu cầu giáo sư Khoa Trưởng phải từ nhiệm. Giáo sư Phan Tấn

Tước từ chối. Lại bãi khóa đình công, không thi cử. Mãi đến tháng Nov/70 cuộc thi cuối năm mới bắt đầu, sau khi biết chắc giáo sư khoa trưởng Phan tấn Tước sẽ từ nhiệm.
- Tháng 12/70: Bác sĩ giáo sư Đào Hữu Anh, đương kim phó khoa trưởng lên làm Khoa trưởng lâm thời Trường Y Saigòn, cũng là lúc bác sĩ giáo sư Phan Tấn Tước từ nhiệm.

Bác sĩ Đào Hữu Anh là một nhân vật trầm mặc, kín đáo. Ông là giáo sư Chủ nhiệm Khoa Cơ Thể Bệnh Học-Anatomy Pathology-, Trưởng phòng xét nghiệm Anapath của Trường Y Saigon. Sau những năm tu nghiệp ở Mỹ, ông trở lại trường Y Saigòn vào những năm 60. Sau đó không hiểu từ thế lực nào, hay là vì ông có quá khứ đạo đức y học tốt, giáo sư bác sĩ Đào Hữu Anh luôn luôn 'nắm chặt' chức Phó Khoa trường Y Saigòn cho đến ngày 30/4/75.

- Tháng 12/71 bác sĩ giáo sư Đặng Văn Chiếu được bình bầu lên làm Khoa Trưởng Trường Y Sàigon. Đánh dấu giai đoạn lịch sử này, nhóm tác giả SAIGON MEDICAL SCHOOL hạ bút:

"At the end of 1971 there was hope for internal stability in the medical school with the election of ĐangVanChieu, MD, as Dean, Dr Chieu, Professor and Chairman of Department of

***Neurological Surgery was elected as a favorite of both sides and not concession of either. With his entry into office in January 1972 there seemed to be real promise of prolonged period of cooperation"* (8)**

Những lời phát biểu ở trên của nhóm bác sĩ Ruhe, Hoover và Ira Singer PhD có vẻ chủ quan phần nào khi họ bảo giáo sư Đặng Văn Chiếu được bình bầu làm khoa trưởng Trường Y là do sự ủng hộ của cả hai phía Việt và Mỹ chứ không phải do sự nhường nhịn của bên này hoặc bên kia. Thật sự, giáo sư Đặng Văn Chiếu, người Nam, ông vốn dĩ điềm đạm, hòa nhã, ông được mọi người và sinh viên mến chuộng, ông được sự ủng hộ của cả hai phía Việt cũng như Mỹ, nhất là từ phía phái bộ AMA-SAIGON. Thật sự, vào thời khoảng giáo sư Đặng văn Chiếu lên làm khoa trưởng, vào tháng 12/1971, lúc ấy tất cả ban giảng huấn người Việt cũng như sinh viên Trường Y Saigòn, hoàn toàn mệt mỏi, khiếp sợ, chán chường trước mọi sự thay đổi và chết chóc. Trường Y Saigon đã trả giá quá đắt cho sự can thiệp đẫm máu của phái bộ AMA-SAIGON, bằng cái chết của hai giáo sư Lê minh Trí, Trần Anh và sinh mạng của hai sinh viên y khoa 'rớt' từ lầu cao xuống trong sân của Trường Y Saigon. Họ chết không trối trăn được một lời. Tinh thần Trường Y Saigòn vào thời điểm này coi như đã thuần. Mọi người đều hy vọng ngày giáo sư Đặng Văn Chiếu nhậm chức khoa trưởng Trường Y Saigon, tháng 12/1971 sẽ mở đầu một thời kỳ hòa bình, ổn định, hợp tác về lâu về dài giữa Trường Y Saigon và phái bộ AMA-SAIGON. Sau ngày nhậm chức của giáo sư Đặng Văn Chiếu, cũng có những xáo trộn. Nhưng giáo sư Đặng Văn Chiếu đều vượt qua những xáo trộn ấy nhờ sự ủng hộ tích cực của Mỹ và Việt. Giáo sư Đặng Văn Chiếu vẫn là Khoa trưởng Trường Y Sàigòn đến năm 1974. Ngày Saigòn thất thủ. Giáo sư Đặng Văn Chiếu và gia đình di chuyển sang Mỹ an toàn.

Bây giờ nhớ lại cái chết tức tưởi của thầy và bạn, chúng ta vô cùng thương tiếc họ. Đồng thời chúng ta cũng thật sự kiêu hãnh về truyền thống Trường Y Saigòn và bịnh viện Bình Dân, luôn luôn gìn giữ nếp cao đẹp, mặc dầu dưới bất cứ áp lực của thời thế có tệ hại cách mấy đi nữa, sinh viên Trường Y vẫn tiếp tục đi học và đi thực tâp tại các bịnh viện, trừ những khi sinh viên Saigòn phải tham dự Huấn Luyện Quân Sự Học đường. Sinh viên nội trú, các bác sĩ, các giáo sư, luôn luôn có mặt trong bịnh viện, bên cạnh bệnh nhân, cũng như tiếp tục học hỏi, giảng dạy và theo đuổi những công trình nghiên cứu. Tại bịnh viện Bình Dân, các giáo sư, các bác sĩ cùng tập thể nội trú, các sinh viên y, luôn luôn qui tụ xung quanh thầy Phạm biểu Tâm, (dù cho Thầy đang tại chức khoa trưởng hay bị bãi nhiệm), và các giáo sư Ngô Gia Hy, giáo sư Trần Ngọc Ninh, giáo sư

Hòang Tiến Bảo, giáo sư Đào Đức Hoành...tích cực công tác phẫu thuật, giảng dạy, nghiên cứu, ngày cũng như đêm. Những năm 68, 69, 70 là những năm Khu Phẩu Thuật "B" bịnh viện Bình Dân phát triển những cơ sở kỹ thuật tiến bộ mới. Các sinh viên nội trú ngoại *(surgical)* phần nhiều tụ tập về đây. Bác sĩ Norman William Hoover, bác sĩ phẩu thuật chuyên về Chấn Thương Chỉnh Trực tại Trường Y thời danh của Mỹ, Mayo Clinic, tại Minnosota. Ông ta đến Viêt nam 1967 thay thế bác sĩ Reimann làm Giám Đốc (Field Director) của AMA-SAIGON. Ông đến Bịnh viện Bình Dân, hợp tác với Giáo Sư Hoàng Tiến bảo, giáo sư Trần ngọc Ninh, nội trú Võ Thành Phụng phát triển công trình nghiên cứu mới về phẫu thuật trong điều trị Lao Cột Sống: *Hogdson's Operation* **(9)**.

Giáo sư Trần Ngọc Ninh, giáo sư Hoàng Tiến Bảo với sự công tác của nội trú Võ Thành Phụng kiện toàn phẫu thuật thay thế khóp háng *(Hip Release)*, khớp gối *(knee release)* và đóng đinh cổ xương đùi *(Smith Petterson Nailing)*, đóng đinh gẫy kín xương chầy. Giáo sư Hòang Tiến Bảo cùng các cộng sự viên của ông, nội trú Nguyễn Quang theo đuổi công trình nghiên cứu Bướu Các Phần Mềm *(Tumeurs des Parties molles)* và thẩm định tánh chất của Bướu Tế Bào Lớn *(Giant cell Tumors)*. Tôi cũng được vinh dự tham gia trong các công trình kể trên của khu Chấn thương và Chỉnh Trực mặc dầu một vai trò thứ yếu. Cùng trong những năm này tại Khu Ung Thư bịnh viện Bình Dân, Giáo sư Đào Đức Hòanh tận lực phát triển kỹ thuật giải phẫu *Wertheim,* và *Halsted* **(10)** đến độ nhuần nhuyễn tân kỳ với sư cộng tác của Bác sĩ Dương, nội trú Nguyễn Chấn Hùng và sau đó là nội trú Lâm văn Năm. Ở khu giải phẩu tổng quát của giáo sư Phạm Biểu Tâm, với sự cộng tác của bác sĩ Huấn, bác sĩ Tuyến, bác sĩ Lân, bác sỹ Nghiêm Đạo Đại, và nội Trú Văn Kỳ Chương. Khu tiết niệu của giáo sư Ngô Gia Hy, với nội trú Đặng Phú Ân, Nguyễn Hiệp và tất cả các khu khác đều theo đuổi những công trình nghiên cứu và phát triển chuyên biệt. Nhận xét về những dữ kiện này, phái bộ AMA Sàigòn đành phải thú nhận sự thật như sau:

"War and Politics obviously interfered with the process of medical education in Vietnam. Nevertheless, medical students continued to apply themselves and continue to learn medicine even during the most serious disruptions…

Perhaps this provides evidences that students continue to seek knowledge at any opportunity if available, even though adverse conditions interfere with the regular teaching process" **(11)**

"Tại Việt Nam Chiến tranh và Chính trị gây ra nhiều cản trở trong việc Giáo Dục Y khoa... Mặc dầu vậy, tập thể sinh viên Y khoa vẫn tiếp tục học hỏi trau dồi ngay cả những lúc mà Chiến tranh và Chính trị gây ra tình trạng xáo trộn và thật tệ hại...Có thể nói rằng người sinh viên trường Y Saigon luôn luôn tìm tòi học hỏi ở bất cứ cơ hội thuận tiện nào, ngay cả những lúc trong những điều kiện tiêu cực khó khăn cho việc giảng dạy"

Có điều làm chúng ta ngạc nhiên, trong phần bạt hậu (Epilogue) của SAIGON MEDICAL SCHOOL các tác giả kiêu hãnh khi họ lập lại lời khen tặng của báo chí của Việt Nam Dân Chủ Cộng Hòa khen tặng họ vào ngày 1/5/1975:

***"The Americans are not very good at fighting a war, but they do know how to build a very good medical school"* (12)**

Thế mới biết Chính phủ Mỹ chỉ kính trọng kẻ thù và xem thường kẻ lệ thuộc họ

Vâng, người Mỹ biết làm thế nào để xây dựng một Trường Y tân kỳ, tiến bộ về kỹ thuật. Nhưng người Mỹ xây dựng Trường Y Saigòn bằng sự can thiệp đẩm máu vào nội bộ tổ chức của Trường Y Saigòn một cách quá tệ hại. Viết tới đây, mặc dầu tôi đã là công dân Mỹ hơn 20 năm, tôi vẫn thấy mình chưa vượt khỏi cái bóng của quá khứ, chưa vượt khỏi số phận người dân của quốc gia nhược tiểu, bị đô hộ, bị cai trị, lệ thuộc...

Thời gian nhanh như bóng câu qua cửa. Mới đó mà anh em nội trú Bình Dân Saigon những năm 68-70 xa nhau gần 40 năm! Biết bao vật đổi sao dời. Biết bao mất mát không gì đền bù nổi.

- Cách đây mấy năm, Thầy Phạm Biểu Tâm qua đời tại Cali.
- Thầy Đặng văn Chiếu vừa qua đời vào ngày 27/6/*2004*, tại Cerratos, California.
- Thầy Ngô Gia Hy vừa qua đời tại TPHCM vào ngày 26/10/04!
- Thầy Hoàng Tiến Bảo vừa qua đời vào ngày 20/1/2008 tại Alhambra / California...
- Giáo sư Nguyễn Hữu cũng vừa qua đời tạ Brest-Pháp vào ngày 15 tháng 10 năm 2008
- Bác sĩ Trần Minh Tùng, người anh đầu đàn khả kính và thân thiết của chúng ta cũng vừa qua đời tại Cali vào ngày 22 tháng 10 năm 2008...

Còn ai nữa trong các Thầy, trong các bạn bè đã ra đi trong sự lãng quên của chúng ta? Cuộc đời và Chiến tranh, chúng ta đã mất hút nhau trong màu khói lửa.

Võ Thành Phụng! Bây giờ anh anh ở đâu? Anh còn khoẻ không? Anh vẫn tiếp tục dạy học tại trường Y Saigòn? Anh vẫn trao dồi phẫu thuật hàng ngày? Anh còn có những đêm say sướt mướt nữa không? Còn có ai để anh chia sẻ trong cơn say? Tôi lúc nào cũng nghĩ về anh. Tôi luôn luôn nuối tiếc, những năm tháng nội trú tại Bịnh viện Bình Dân Sàigòn 68-70 như "Thời Vàng Son" trong cuộc sống của chúng ta, của bạn bè cùng thế hệ. Biết bao nhiêu thay đổi ở ngoài đời, biết bao nhiêu thay đổi trên ghế Khoa Trưởng Trường Y Saigòn, trong những năm tháng đó! Ấy thế mà mỗi khi các giáo sư, các bác sĩ, các sinh viên nội trú, các sinh viên y khoa bước vào phía trong cánh cửa của bịnh viện Bình dân, luôn luôn với một tâm hồn không bao giờ thay đổi, tình nghĩa trước sau như một, cùng nhau đoàn kết, phục vụ bịnh nhân, nghiên cứu phát triển ngành nghề. Thầy trò, anh em, gắng bó, cùng dìu dắt nhau đi qua những chặn đường khó khăn của lịch sử, của đất nước.

Võ Thành Phụng, tôi mong anh còn khoẻ. Tôi mong anh đọc được những dòng bút kí ngắn này. Mong các thầy, anh em chúng ta, những ai còn sống sót sẽ gặp lại nhau trên quê hương Việt Nam.../

Oak park, Illinois, USA
4/21/05
Cập nhật lần cuối ngày 14-7-2016
(ngày sinh thư 80 của tác giả)

NB: Bác sĩ Võ Thành Phụng, Giáo sư Đầu Ngành Chấn Thương và Chỉnh Trực trường Y Saigon đã qua đời tại Saigon vào năm 2011.

GHI CHÚ

(1)- Saigon Medical School, Edi. 1988, trang 54

(2)- Saigon Medical School, Edi. 1988, trang 54

(3)- SaigonMedical School, Edi. 1988, trang 39

(4)- Saigon Medical School, Edi. 1988, trang 54

(5)- Saigon Medical School, Edi. 1988, trang 56

(6)- Saigon Medical School, Edi. 1988, trang 54

(7)- Saigon Medical School, Edi. 1988, trang 56

(8)- Saigon Medical School, Edi. 1988, trang 58

(9)- Hogdson's Operation: Kỹ thuật phẫu thuật của bác sĩ Hogdson trong điều trị lao cột sống thực hiện đầu tiên tại HongKong. Chính bác sĩ Norman W. Hoover là người đầu tiên truyền bá và giảng dạy phương pháp này tại Orthopedic Department Bịnh viện Bình Dân Saigon năm 1968 cho các nội-trú.

(10)- Wertheim: Phẫu thuật cắt bỏ tử cung, phần phụ và hạch trong điều trị ung thư tử cung Halsted: phẫu thuật cắt bỏ nhủ hoa cơ bắp kế cận và hạch trong điều trị ung thư vú.

(11)- Saigon Medical School, Edit, 1988 - trang 60

(12)- Saigon Medical School, Edit, 1988 - trang 259

LINDA LÊ – TÁC PHẨM VÀ CUỘC ĐỜI

Có phải chăng quá sớm để viết về cuộc đời và tác phẩm của Linda Lê một nhà văn nữ của Pháp gốc Việt. Linda Lê đang ở tuổi ngoài ngũ tuần, đang trong dòng triều cương của sáng tác, còn nhiều chuyển hóa, còn nhiều bước đi mới khám phá chính mình và thế giới.

Báo Libération của Pháp có bài phác họa chân dung tư tưởng của nhà văn Linda Lê, tác giả của nhiều tiểu thuyết viết bằng tiếng Pháp và nhận được nhiều giải văn chương có uy tín trên văn đàn của Pháp: *Les Trois Parques* (Ba Số Phận), *Colomnie* (Vu Khống), *Autre Jeux avec le Feu* (Lại Chơi Với Lửa), *Lame de Fond* (Sóng Ngầm), *Oeuvres Vives*.-2014

Theo báo Libération cá tính của Linda thích cô độc, nhất định từ chối không muốn có con. Trong tác phẩm của Linda, hình ảnh của một xứ sở cấm kỵ xa xưa, một người cha bị bỏ rơi, một người mẹ khuôn phép hay một người đàn bà hờ hững. Có những câu chuyện huyễn hoặc siêu thực mang cùng một sắc thái như trong các tác phẩm của Shakespeare, hay hàm chứa hoang tưởng, ảo ảnh và hội chứng trầm cảm.

Cuộc dời Linda Lê là một chuỗi dài của hạnh phúc đan xen với đau khổ, của tin yêu trộn lẫn với giận hờn, giữa những phút giây thiên đường hôm qua và địa ngục hôm nay. Linda Lê sanh tại thành phố Đà Lạt, sương mù lãng mạn năm 1963. Mẹ của Linda một phụ nữ Việt Nam thuộc tầng lớp cao, bẩm sinh quốc tịch Pháp. Cha của Linda là người Việt thuộc tầng lớp xã hội thấp hơn mẹ, mặc dầu ông là kỹ sư đương thời. Năm 1968 chạy giặc Mậu Thân từ Đà Lạt xuống Sàigòn. Trên đường chạy nạn, lúc ấy Linda mới có 5 tuổi đã nhìn thấy những xác chết của trẻ thơ bên đường vì bom đạn chiến tranh. Hình ảnh đau thương của đất nước khắc sâu vào tâm trí của cô mãi mãi về sau này. Có lần Linda Lê dã phải thốt lên trong một trang viết từ đó tôi có cảm tưởng trong tôi có một xác em bé đang chết, Việt Nam quê hương tôi giờ này sao như xác chết của một trẻ thơ. *J'ai l'impression de porter en moi un corps mort. C'est surement, le Vietnam que je porte comme un enfant mort.* Thật là một định mệnh nghiệt ngã và tuyệt vời, vận nước nổi trôi đã gắn liền với số mệnh, thân phận của người con gái với tâm hồn nhạy cảm quá sớm. Nhưng đó cũng là nguồn cảm xúc dâng tràn mỗi khi cô viết về người cha của cô bị bỏ quên ở lại cùng quê hương Việt Nam.

Chạy giặc từ Đà Lạt xuống Sàigòn, theo truyền thống gia đình bên ngoại Linda Lê theo học các trường Pháp. Chính ở Sàigòn năm 1969, Linhda Lê phát hiện đời sống tình cảm của cô có gì bất ổn. Những nguyên nhân thời cuộc bên ngoài làm sự quan hệ giữa cha và mẹ của Linda trở nên lỏng lẻo và tồi tệ. Lúc đó Linda Lê đã sớm thấy mình bị rơi từ thiên đường Đà Lạt đến xuống hố thẳm của địa ngục Sàigòn.

Rồi chuyện gì phải đến đã đến. Hai năm sau 30-4-75 Linda cùng mẹ và 3 chị em gái di cư sang Pháp vào năm 1977. Ở Pháp cũng như ở Sàigòn Linda Lê vùi mình trong văn chương, nghiền ngẫm tư tưởng các văn hào, triết gia Pháp. Phải chăng dó là một đam mê thiên phú, hay đó chỉ là cuộc chạy trốn chính minh *-ego escape-* hầu để quên đi quá khứ của mình ở đó sừng sửng hình ảnh của người cha bị phản bội tàn tệ, bị bỏ quên cùng quê hương Việt Nam cấm kỵ không được nói đến.

Năm 1981, Linda Lê tốt nghiêp lớp 12 tại trường trung học thời danh Henri IV ở Paris. Năm sau đó Linda được nhận vào học văn chương tại đại học Sorbonne. Tài năng văn chương của Linda được phát hiện rất sớm. Từ lúc cô còn tuổi vị thành niên, cô được sự hâm mộ và dẫn dắt của các vị giáo sư ngay bậc trung học. Chính những vị giáo sư này đã đưa Linda vào đại học Sorbonne. Những năm thập niên 80 những tác phẩm của Linda Lê đi theo một tiến trình căn bản và vậm vỡ. Từ "Un Si Tendre Vampire" *(Về một con dơi ác độc trìu mến)* năm 1985 đến "Les Evangiles du Crime"*(Phúc Âm của tội ác),* xuyên qua các tác phẩm này chúng thấy thấp thoáng ẩn hiện về cái chết và ý nghĩ về một sự tự vận của Linda từ thuở ấy. Cũng trong thời khoảng này, Linda Lê cũng cho ra đời những tác phẩm khác được coi như là thứ yếu: Fuir (1988), Solo (1989)...vì phần nhiều các tác phẩm này không mang được những dấu ấn gì đáng ghi nhớ trong văn nghiệp của Linda Lê sau này...

Năm 1995 là năm định mệnh giáng xuống đời cô những tai nạn đau xót ngất lịm hồn người. Đó là lúc cô được tin người cha của cô vừa qua đời tại Sàigòn sau cơn đột quị lúc ông sửa soạn lên đường sang Pháp để tìm lại thăm cô và gia đình. Người cha muôn vàn thân yêu ấy trong suốt 20 năm, cha con không gặp lại nhau dù cho một lần. Tuy thế hai cha con không ngừng liên lạc thư từ chặt chẽ với nhau, có những đồng cảm về thân phận hoàn cảnh của nhau và cùng tin yêu sâu sắc. Liền sau đó Linda Lê quyết định về Việt Nam để tiễn người cha mình đến nơi an nghỉ cuối cùng và cũng để thăm lại quê hương.

Với một nội tâm đầy xúc động, và phẫn uất dường ấy làm sao Linda Lê chịu đựng nổi những đau đớn sau cái chết nghiệt ngã của người cha. Sau ngày trở lại Paris, Linda Lê rơi vào thế giới ảo giác, vây hãm bởi những mặc cảm tội lỗi, ý nghĩ về một sự tự tử *-suicidal ideation-*. Đối với Linda Lê cái chết của người cha của cô còn có ý nghĩa cái chết của một thần tượng đời cô, người đã thông hiểu nội tâm của cô. Sự ra đi của người cha đã để lại cho Linda một thế giới trống rỗng, không có niềm tin *-un monde sans dieu-*. Sau đó Linda Lê đã phải nhập viện bịnh tâm thần. Đó là khoảng thời gian của hai tập truyện VOIX- Tiếng Nói- và Lettre Morte-Thư Chết. Tất cả hai tác phẩm này đều miêu tả sự khổ lụy tận cùng của Linda khi nghĩ về người cha xấu số bị ruồng bỏ và chết với nỗi oan khiên không nguôi. Linda tin rằng trong lòng người cha luôn có hình ảnh của cô cũng như tiếng nói của người vẫn còn vang vọng đâu đây bên cô. Cũng như hình ảnh của những bức thư còn xanh màu mực.

Một thời gian sau đó Linda Lê xuất viện và dòng đời cứ tiếp tục trôi chảy thầm lặng. Linda Lê tiếp tục viết với những dằn vặt :"Les Trois Parques" năm 1997, và "Autre Jeu avec le feu"(Lại Chơi Với Lửa) năm 2002. Năm 2003 Linda Lê thực hiện Personne (Không Còn Ai) nói lên sự trống vắng, cuộc đời chan chứa cô đơn của người con gái vừa đúng 40, không còn cha, không còn quê hương, không chồng, không con...

Với một ý nghĩ thật là ngộ nghĩnh, Linda Lê cho hay cô đang chuẩn bị xuất bản một bức thư gửi cho đứa con mà Linda Lê đã và sẽ không bao giờ có. Từ năm 15 tuổi, cô đã chia sẻ ý nghĩ không muốn có con với người bạn trai của mình. Cô sợ mang thai, sợ cho con bú vì ngại rằng từ bầu vú của cô sẽ tiết ra tia sữa đắng, truyền nỗi cô đơn của mình cho đứa con vô tội. Như vậy có con không khỏa lấp được nỗi buồn mà còn làm cho cô thêm mặc cảm tội lỗi. Trong những năm gần đây, Linda Lê cũng có bạn trai thành khẩn chia sẻ với cô mong cô có con với lý lẽ khi Linda có con, ngoài ý nghĩ mình là người đàn bà, Linda còn là một bà mẹ bảo vệ nuôi nấng con. Có con sẽ mang lại cho cô hạnh phúc, niềm hy vọng về tương lai, tất cả sẽ làm cho cô thấy thanh thản, dịu dàng. Nhưng Linda Lê đã đáp lại bằng cuộc sống lứa đôi không nhất thiết phải có con mới tồn tại.

Cũng trong cuộc đời lứa đôi tình cảm, Linda Lê đã chọn một chỗ đứng cho mình trong dòng văn học của Pháp đặc thù Linda Lê, thoát ra ngoài mẫu mực giềng mối của Simone De Beauvoir, một feminist Existentialist. Nhưng chưa bao giờ Linda cảm thấy cô đơn trong dòng văn học Pháp hiện tại. Trái lại cô được các giới trí thức và báo chí văn học Pháp tích cực chia sẻ với cô. Tác phẩm của Linda Lê , chẳng những được trọng vọng tại Pháp, được nhiều giải văn học tầm cỡ của Pháp, mà còn được dịch sang Anh ngữ, Đức ngữ...

Hôm nay đầu năm dương lịch 2022 ở tuổi ngoại ngũ tuần Linda nghĩ gì về thân phận con người trong chiến tranh và sau chiến tranh? Nhất là thân phận người Việt tỵ nạn chiến tranh, sống lưu vong cùng khắp thế giới trong hơn 35 năm qua? Chúng ta và Linda Lê có chung một vùng đất đứng, chung một tâm trạng, tư cố hương, nhớ về quá khứ, quê hương, và những người thân yêu còn hay đã khuất. Cám ơn Linda đã thể hiện tuyệt vời tâm hồn và suy tư của người Việt tỵ nạn. Hy vọng trong tương lai Linda Lê sẽ phản ảnh nhiều hơn nữa lên văn đàn nước Pháp và thế giới niềm đau thống thiết của cộng đồng Việt Nam, của nhân loại nạn nhân chiến tranh.

Nghĩ cho cùng, trường hợp Linda Lê, trường hợp đặc thù văn học nghệ thuật với hiện tượng Thụ Tinh Chéo -Cross Fertilization- Linda Lê mượn ngôn ngữ xứ người, ngôn ngữ Pháp, để miêu tả nội tâm của chính mình, của cộng đồng Việt Nam khi nghĩ về hậu quả và hệ lụy của chiến tranh. Phải chăng Linda Lê chỉ cũng là nạn nhân của Hội Chứng Hậu Chiến-Post Traumatic-Stress-Disorders Syndromes- cũng như hàng triệu người Việt khác đang sống trong nước hay đang sống lưu vong trên cùng khắp 92 vùng lãnh thổ, quốc gia trên thế giới.../.

Oak Park Illinois -USA

www.ingramcontent.com/pod-product-compliance
Lightning Source LLC
Chambersburg PA
CBHW020526310726
48979CB00014B/2229/J

9781088015568